MAAVILAI

ஊரகக் கட்டமைப்பு

OORAGA KATTAMAIPPU

Author: Laurie Baker
Translation: Nisha Sathiyaseelan
Proofreading: S. Manivannan & Arivukkarasi Manivannan
Book design, cover design & curation: Kaushik Shrinivas

Published by MAAVILAI™

9/24, Vegavathi Street, Rajaji Nagar, Villivakkam, Chennai - 600049
+91-9150858008 | anjal@maavilai.com | www.maavilai.com

Translation and cover design © 2022 MAAVILAI
Original English version published by COSTFORD, Thrissur, Kerala.

First edition • Published on March 2022

ISBN: 978-81-955431-7-5
Price: INR 160.00/-

Printed by **Balaji Offset Printers**, Chennai - 600106 | +91-9444242899

அன்புக்குரிய மாவிலைக் குழுவிற்கு,

லாரி பேக்கரும் அவரின் கட்டடக்கலையும் கடைக்கோடி குடிமக்களை சென்று அடைந்து, இந்தியாவில் கட்டடக்கலை எனும் துறைக்கு வேறொரு முகம் கொடுத்தன. வளங்குன்றா கட்டடங்களின் (sustainable building) தேவை, வடிவமைப்பு மற்றும் கட்டுமானம் பற்றி லாரி பேக்கர் தன் கைப்பட எழுதிய, அழகான வரிவடங்கள் கொண்ட நூல்களின் தொகுப்பானது, நம் சமூகத்திற்கு அவர் செய்த பல ஈடு இணையற்ற பங்களிப்புகளில் ஒன்றாகும். மனித குலத்தால் விளைவாகும் காலநிலை மாற்றமும், மோசமான வானிலை நிகழ்வுகளும் உலா வரும் இன்றைய சூழலில், இந்நூல்களில் சொல்லப்பட்டுள்ள சூழல்நலக் கட்டுமான உத்திகளே காலத்தின் தேவையாக உள்ளன.

தமிழகத்திற்கு இத்தகைய மாபெரும் அறிவு களஞ்சிய நூல் தொகுப்பினை, தமிழில் கொண்டு சேர்க்கும் முயற்சியில் ஈடுபட்டுள்ள மாவிலைக் குழுவினருக்கு எங்களது மனமார்ந்த பாராட்டுகள். லாரி பேக்கர் கொள்கைகளின் பின்பற்றாளர்கள் ஆன நாங்கள், தமிழாக்கம் செய்த இந்த நூல்கள் மூலம், அவரின் கட்டுமான அறிவும், அணுகுமுறைகளும் பலருக்கும் எளிதாக சென்றடையும் என நம்புகிறோம். அத்துடன் மக்கள்—அன்பும், ஒற்றுமையும் கலந்த ஒரு புதிய கண்ணோட்டத்துடன் கட்டடங்களைப் பார்க்கத் துவங்குவதற்கும் இந்நூல்கள் விதையாக இருக்கும் என நாங்கள் நம்புகிறோம். மாவிலைக் குழுவிற்கு எங்களது இதயம் கனிந்த நன்றிகளையும் பாராட்டுகளையும் தெரிவித்துக் கொள்கிறோம். வளங்குன்றாமையை நடைமுறை ஆக்கும் உங்களின் எண்ணற்ற புதிய முயற்சிகளை ஆதரிக்க ஆவலாய் காத்து இருக்கிறோம்.

இங்ஙனம் வாழ்த்தும்,

P.B. சாஜன் மற்றும் R.D. பத்மகுமார்
COSTFORD and Laurie Baker Centre for Habitat Studies

நவம்பர், 2021
திருவனந்தபுரம்

முன்னுரை

கனவுகள் ஆயிரம் உண்டு;
அதில் பலித்ததோ
ஒரு சில மட்டுமே;
அவற்றுள் ஒன்று தான்
மாவிலையில் என் பங்கு.

அனைவருக்கும் வணக்கம்!

தமிழின் மேல் கொண்ட பற்றினால் கல்லூரியில் நண்பர்கள் அனைவரும் இணைந்து தமிழ் மன்றம் ஒன்று ஆரம்பித்தோம். அந்த தொடக்கம் தான் நான் இன்று மாவிலையின் நரம்புகளுள் ஒன்றாய் உருவாக காரணமாய் இருந்தது. தமிழையும் வளங்குன்றா கட்டுமானத்தையும் பிணைக்கும் வகையில் மாவிலைக் குழு அமைந்தது. இலவு காத்த கிளிக்கு கொய்யா கிடைத்தது போல தான் அந்த வாய்ப்பு எனக்கு இருந்தது.

மாவிலைக்காக, லாரி பேக்கரின் சில புத்தகங்களை தமிழாக்கம் செய்யும் பயணத்தில் நானும் பயணித்ததில் மிக்க மகிழ்ச்சி. இந்த பயணத்தில், நான் ஐந்து புத்தகங்களை மொழிபெயர்த்து உள்ளேன். அவை தமிழில் மூன்று புத்தகங்களாக தொகுக்கப்பட்டுள்ளன. அவை, யார் கட்டடக் கலைஞர், குப்பை மற்றும் ஊரகக் கட்டமைப்பு ஆகும். இப்புத்தகங்களை மொழிபெயர்க்கும் போது நான் தேடித்தேடிக் கற்றுக்கொண்டதோ ஏராளம். அதில் சிலவற்றை நான் மொழிபெயர்த்த புத்தகங்களில் நீங்கள் காணலாம். தாங்களும் இப்புத்தகங்களில் இருந்து லாரி பேக்கரின் கருத்துகளையும், எண்ணங்களையும் மற்றும் திட்டங்களையும் படித்து மகிழ்வீர்கள் என்று நம்புகிறேன்.

ஊரகக் கட்டமைப்பு என்ற இப்புத்தகம் ஊரகச் சூழலையும் அந்தச் சூழலில் உள்ள வீடுகள், வளாகங்கள், பள்ளிகள், மருத்துவமனைகள்,

வங்கிகள், கூடங்கள் மற்றும் பலவற்றையும் பற்றி பேசுகிறது. அவற்றைக் கட்டமைக்கப் பயன்படும் உத்திகள் மற்றும் நுட்பங்களையும் விவரிக்கிறது. மேலும் இப்புத்தகமானது அவற்றிற்கான பல எளிய திட்டங்களைப் பற்றி விளக்குவது மட்டுமல்லாமல் அவற்றை நாமே கட்டமைக்கும் திறன் படைத்துள்ளோம் என்பதையும் நமக்கு உணர்த்துகிறது.

மொழிபெயர்ப்புத் துறையினுள், என்னைக் கொண்டு வந்து சேர்த்த மாவிலைக் குழுவிற்கு என் முதற்கண் நன்றிகளை தெரிவித்துக் கொள்கிறேன்.

இந்த பயணத்தில் என்னையும் பயணிக்க வைத்த என் அன்பு தோழி அறிவுக்கரசிக்கும், மாவிலைக் குழுவின் நிறுவனர் கௌஷிக் ஸ்ரீநிவாஸுக்கும் என் நன்றிகளைத் தெரிவித்துக் கொள்வதோடு, என்னை ஊக்குவித்த என் பெற்றோர் மற்றும் உற்ற நண்பர்கள் அனைவருக்கும் என் மனமார்ந்த நன்றிகளைத் தெரிவித்துக் கொள்கிறேன்.

இப்படிக்கு,

நிஷா சத்தியசீலன்
மொழிபெயர்ப்பாளர்
மாவிலை
பிப்ரவரி 2022

I
ஊரக வீடுகள்

ஊரக வீடுகள்

நகர்ப்புற வீடமைப்புகளை விட, ஊரக வீடமைப்புகள் மிகவும் சிக்கலானவை. ஏனெனில், இவை பொதுவாக மனிதர்களை மட்டுமல்லாமல், கால்நடைகளையும் (livestock) பராமரிக்க வேண்டி இருக்கும்.

நெசவு, கூடை பின்னுதல், கயிறு தயாரித்தல், மீன்பிடித்தல், உணவு பொருள் உலர்த்துதல் மற்றும் பதப்படுத்துதல் போன்ற அனைத்து வகையான தொழில்களுக்கும் கூரையுள்ள கட்டுமானங்கள் தேவை.

வீட்டைப் போலவே வீட்டைச் சுற்றியுள்ள திறந்தவெளியும், முக்கியமானது ஆகும். அது சமையல் கூடாரமாகவும், சேகரமாகமாகவும் (storage), விலங்குகள் மற்றும் பறவைகளுக்கான பண்ணையாகவும் பயன்படுகிறது.

தற்போதைய சூழ்நிலையில், இந்த தேவைகளை எல்லாம் பூர்த்தி செய்ய முடிவதில்லை. எனவே இந்தப் புத்தகத்தில் காண்பிக்கப்பட்டுள்ள திட்டங்கள், குறைந்தபட்சத் தேவைகளை பூர்த்தி செய்யும் வகையில், விரிவாக்கத்திற்கான போதிய இடத்துடன் திட்டமிடப்பட்டுள்ளன.

லாரி பேக்கர்

ஊரக வீடமைப்பு

1. நல்ல வீடமைப்பிற்கான கோட்பாடுகள், எல்லா தரப்பு மக்களுக்கும், எவ்வித புவியியல் மற்றும் காலநிலை சார்ந்த பகுதிகளுக்கும், பொதுவானதாக இருக்க வேண்டும். மேலும், திட்டமிடல், வடிவமைப்பு, பொருட்களின் தேவை மற்றும் கட்டுமான நுட்பங்கள் போன்றவற்றின் அடிப்படைக் கோட்பாடுகளும், ஊரக மற்றும் நகர்ப்புற வீடுகளுக்கு வெவ்வேறாக இருக்கக் கூடாது.

   - வீட்டில் குடியிருக்கும் நபர்களின் தேவைகள், வாழ்க்கை முறைகள், மதக் கொள்கைகள், தொழில்கள் போன்றவற்றைக் கருத்தில் கொண்டு நாம் திட்டமிட வேண்டும்.

   - உள்ளூரில் கிடைக்கக்கூடிய மலிவான பொருட்களை நாம் முடிந்தவரை பயன்படுத்த வேண்டும்.

   - இந்த பொருட்கள் உற்பத்தி ஆற்றல் இல்லாததாகவோ, அல்லது முடிந்தவரை குறைந்த உற்பத்தி ஆற்றல் உடையதாகவோ இருக்க வேண்டும்.

   - மகிழ்வளிக்கும் தோற்றத்துடன், கட்டமைப்பின் உறுதிப்பாட்டையும் (structural stability) கருத்தில் கொள்ள வேண்டும்.

   - காலநிலை, கடுமையான வெப்பம் அல்லது குளிர், கடுமையான மழை அல்லது காற்றழுத்தம் போன்ற அனைத்து இயற்கை காரணிகளையும் இந்த கட்டமைப்பு தாக்குப் பிடிக்கக் கூடியதாக இருக்க வேண்டும்.

   - திட்டமிடல் என்பது ஒரு வீட்டை மட்டுமல்லாமல், அதன் சேவைகளையும், அதன் நிலத்தையும் சார்ந்து இருக்க வேண்டும். மேலும் கால்நடைகளை பராமரித்தல் மற்றும் வீட்டாரின் தொழில்களை வீடு கட்ட திட்டமிடும் போது கவனத்தில் கொள்ள வேண்டும்.

2. நகர்ப்புற வீடமைப்புகளை விட ஊரக வீடமைப்புகள் கீழ்த்தரமானதாகவும், குறைவான தேவைகள் உடையதாகவும், குறைந்த செலவில் கட்டமைக்கக் கூடியதாகவும் திட்டமிடுபவர்களால் கருதப்படுகிறது. ஆனால் அது உண்மை அன்று. வழக்கமாக ஊரக வீடமைப்புகள் நகர்ப்புற வீடமைப்புகளை விட அதிகமான திட்டமிடுதலையும் கட்டமைப்பு நிர்வாகத் திறன்களையும் கொண்டதாக இருப்பது அவசியம்.

3. ஊரக வாழ்வின் நீண்டகால மரபுகள் மற்றும் வாழ்க்கை முறைகளை திட்டமிடுபவர்களான நாம் மனதில் கொள்ள வேண்டும். குறிப்பாக ஒரு வீட்டின் சுற்றுசுவருக்குள் அடங்கும் பகுதி, எவ்வளவு சிறிதாக இருந்தாலும், அதன் பயன்பாடு அவ்வீட்டின் அறைகளை விட குடியிருப்பவர்களுக்கு மிகவும் முக்கியமானதாக இருக்கும். உணவு தயாரித்தல், பாத்திரங்களை கழுவுதல், கருவிகளை வைத்திருத்தல், வேளாண்மை, கால்நடைகளை வளர்த்தல் மற்றும் பல தொழில்களும், வீட்டிற்கு வெளிப்புறத்தில்தான் நடைபெறுகின்றன.

4. இந்தியாவில் உள்ள அனைத்து வீடுகளுக்கும் ஒரே வகையான திட்டமோ, பொருட்களோ, கட்டுமான நுட்பங்களோ, விதிமுறைகளோ பொருந்தாது. ஆனால் மேற்கண்ட கோட்பாடுகள் எல்லா இடங்களுக்கும் பொருந்தக்கூடியவை ஆகும்.

செலவுக் குறைப்பு

1. திட்டமிடலின் போது நிலப்பரப்பை மட்டும் கருத்தில் கொள்ளாமல் வீட்டின் உயரத்தையும் கருத்தில் கொள்ள வேண்டும். ஒரு வீட்டின் உட்புறம் மற்றும் வெளிபுறம் இரண்டையும் கருத்தில் கொண்டும் திட்டமிட வேண்டும்.

2. தேவையானதை மட்டுமே திட்டமிட்டு கட்டமைக்க வேண்டும். கட்டடங்களில் தேவையில்லாத் தகிடுதத்தங்களை செய்யக் கூடாது. ஒரு வீட்டின் ஒவ்வொரு பாகத்தையும் “இது அவசியமா?” என்று கேளுங்கள். பதில் “இல்லை” என்றால் அதைச் செயல்படுத்த வேண்டாம். பதில் “ஆம்” என்றால், தேவைகேற்ப, மிக எளிமையான வழியில் அதை செய்கிறோமா என்று நமக்கு நாமே வினவிக் கொள்ள வேண்டும்.

3. முடிந்தவரை உள்ளூரில் கிடைக்கக்கூடிய மலிவான பொருட்களைப் (எ.கா. சிமிட்டிக்கு பதிலாக சுண்ணாம்பு, எரிந்த செங்கற்களுக்கு பதிலாக உறுதிப்படுத்தப்பட்ட மண்) பயன்படுத்துங்கள். இறக்குமதி செய்யப்பட்ட பொருட்களைப் முடிந்தவரை குறைவாக பயன்படுத்துங்கள். இங்கு இறக்குமதி என்பது இந்தியாவின் பிற பகுதிகளிலிருந்தும், வெளிநாடுகளில் இருந்தும் பொருட்கள் பெறப்படுவதை குறிக்கிறது.

4. தேவையற்ற வேலைகளைத் தவிர்க்க வேண்டும். எடுத்துக்காட்டாக எளிய மண்ணால் ஆன கட்டமைப்பை அமைப்பதற்கு ஒரு பொறியாளரின் உதவி தேவையா? கட்டடத் திட்டங்கள் ஏற்கனவே நம்மிடம் இருந்தால், ஒரு கட்டடக்கலைஞர் எதற்கு தேவை? தேவையுள்ளவற்றிற்கு எவ்வளவு வேண்டுமானாலும் செலவு செய்யலாம். ஆனால் தேவையற்றவைக்கு செலவு செய்வதை தவிர்க்க வேண்டும்.

5. குறிப்பாக ஊரகங்களில், அதிகக் குழாய்கள் மற்றும் மின்சார கம்பிகளைத் தவிர்த்து, தற்சார்பான வகையில் திட்டமிடல்

வேண்டும். செயற்கைக் குளிர்விப்பு மற்றும் ஒளியூட்டும் முறைகளைத் தவிர்த்து, இயற்கையாகவே காற்றையும் ஒளியையும் உள்வாங்கும் திறனுடன் கட்டடங்களை வடிவமைக்க வேண்டும். மேலும், சூழல்நல முறைகளையும், குப்பை அகற்றும் கைதேர்ந்த முறைகளையும் முடிந்தவரை பயன்படுத்த வேண்டும்.

6. ஒரே வகையான வீட்டுத் திட்டத்தை மீண்டும் மீண்டும் பயன்படுத்தத் தேவையில்லை. தனிநபர்களும் உள்ளனர், குடும்பங்களும் உள்ளன. குடும்பங்கள் சிறியதாக அல்லது பெரியதாக இருக்கலாம். வயதானவர்கள் மட்டுமே உள்ள குடும்பங்களும் உள்ளன—அதாவது தாத்தா பாட்டி, திருமணமாகாத சகோதரிகள், கைம்பெண்கள் போன்றவர்கள். வெளி வேலைகளுக்குச் செல்வோரும் உள்ளனர். வீட்டிலேயே கைத்தொழில் செய்வோரும் உள்ளனர். சில தொழில்களுக்கு சிறிய இடம் மட்டுமே தேவைப்படுகிறது. மற்ற தொழில்களுக்கு சற்று அதிகமான இடம் தேவைப்படுகிறது.

7. இதைக் கையாள்வதற்கான எளிய வழி—ஒரு அடிப்படைத் திட்டம் கொண்டு ஒரு மைய வீட்டை அமைப்பது. அத்திட்டத்தை ஒரு வாழ்வறை (உறங்குவதற்கு, அமர்வதற்கு, சாப்பிடுவதற்கு), ஒரு சமையலறை, ஒரு கழிவறை, சலவை செய்வதற்கான இடம், மற்ற பணிகளுக்கானக் கூடங்கள் உட்பட அனைத்தும் தன்னகத்தே கொண்டவாறு அமைக்க வேண்டும். பின்னர் தேவைகளுக்கு ஏற்ப, அமர்வதற்கோ, உறங்குவதற்கோ அல்லது வேறு சில தேவைகளுக்கோ இந்த மைய வீட்டை விரிவு படுத்தலாம்.

8. ஒரே வகையான திட்டங்களை வடிவமைக்க மட்டுமே ஒரு கட்டடக்கலைஞர் தயாராக இருந்தால், அவர் அவரது பட்டத்துக்கு தகுதியானவர் அல்ல. பல வகையான திட்டங்களை திட்டமிடுதல் வேண்டும். வீட்டை கட்டிக் கொண்டு இருக்கும் போது கூட திட்டங்களை சரிசெய்யவோ அல்லது மாற்றியமைக்கவோ செய்யலாம்.

மனையிடங்கள்

1. நேர் கோடுகளிலோ அல்லது ஒரே மாதிரியான பெட்டி வகையிலோ வீடுகளை கட்டமைக்கக் கூடாது.

2. நில அமைப்பினைப் பின்பற்றி வீட்டை அமைக்கவும். கட்டடத்தின் நீளம் நிலத்தின் சரிவு திசையில் அல்லாமல், சரிவு இல்லாத எதிர் திசையில் இருக்க வேண்டும்.

3. தேவையின்றி மனையிடங்களைத் தோண்டவோ சமன் செய்யவோ வேண்டாம்.

4. மரங்கள், பெரிய பாறைகள், குளங்கள் அல்லது தண்ணீர் தொட்டிகள், நீரோடைகள் அல்லது ஆறுகள் போன்ற இயற்கை அளித்துள்ள வளங்கள் பாதிப்படையாத வண்ணம் வீட்டை அமைக்க வேண்டும்.

5. பல ஆண்டுகளாக பயன்பாட்டில் உள்ள வளைவு பாதைகள் மற்றும் சாலைகளை காரணமில்லாமல் நேராக்கக் கூடாது.

6. நான்கு திசைகளின் அம்சங்களையும் பயன்படுத்த வேண்டும். அதாவது காற்றின் திசையைப் பயன்படுத்தி வீட்டை அமைக்க வேண்டும். கன மழையின் திசையிலிருந்து வீட்டைப் பாதுகாக்க வேண்டும். சூரியனின் வெப்பத்தைத் தடுக்கவும் நம் வீட்டின் கூரைகளை வடிவமைக்க வேண்டும்.

7. தனிநபருக்காக இருந்தாலும், ஒரு சமூகத்திற்காக இருந்தாலும் முதலில் வடிகால் நீர் இணைப்புகளைத் திட்டமிட்டு, பின்னர் மற்ற வசதிகளைத் திட்டமிட வேண்டும்.

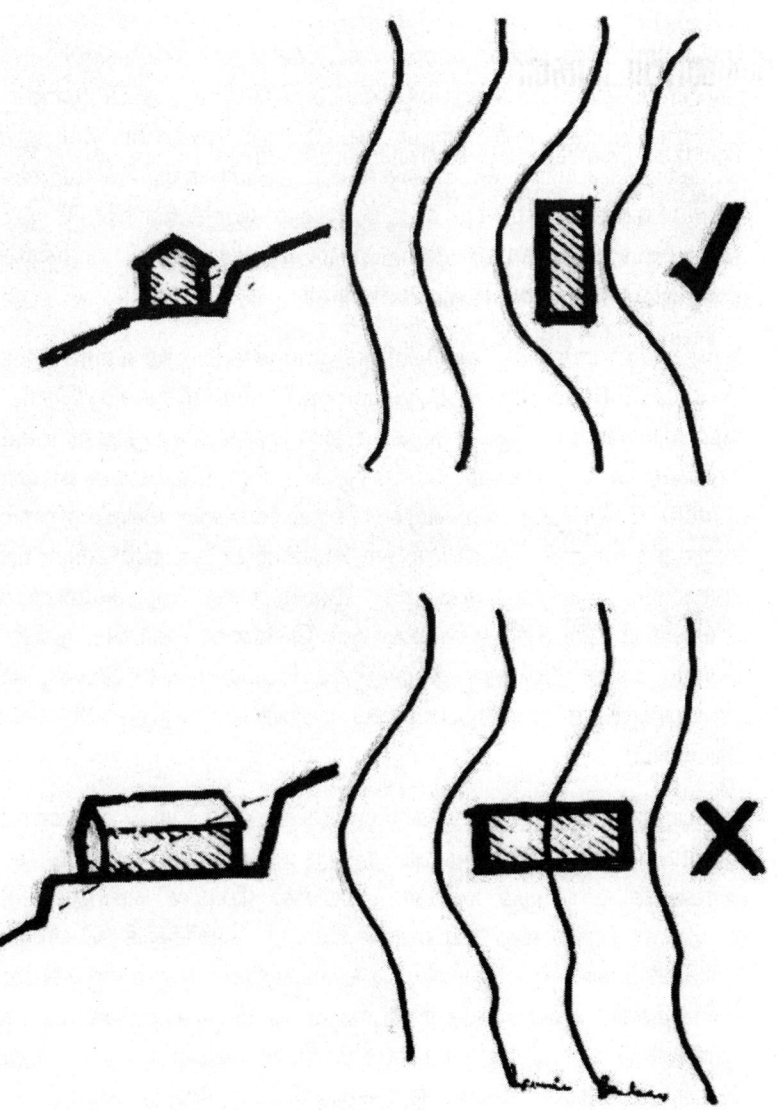

கட்டடக்கலை பாணிகள்

1. ஒவ்வொரு பகுதியில் உள்ள கட்டக்கலை பாணிகளும் பல நூற்றாண்டுகளாக அனுபவபூர்வமாக மேம்படுத்தப்பட்டுள்ளன. உள்ளூர் பொருட்கள் மற்றும் கட்டட நுட்பங்களை வைத்துக் கட்டமைக்கப்படும் கட்டடங்கள் உறுதியாகவும், காலநிலை அபாயங்களைத் தாங்கக் கூடியதாகவும் இருக்கின்றன. மேலும் அவை உள்ளூர் கலாச்சாரம், மதம் மற்றும் சமூக வாழ்க்கை முறைகளைத் தழுவியும் இருக்கின்றன.

2. இந்த கட்டடக்கலை பாணிகளின் ஆராய்ச்சி மற்றும் வளர்ச்சியை (R & D - Research & Development) நாம் நிச்சயம் தொடர வேண்டும். (எ.கா: தீயைத் தடுக்கக் கூடியதாகவும், அதிக நாட்கள் நீடிக்கக் கூடியதாகவும் புல் மற்றும் ஓலை வேய்வுக்கூரையை (thatch) மேம்படுத்த வேண்டும். மேலும் வலிமை சேர்ப்பதற்கும், கரையான்களைத் தடுப்பதற்கும் மண்ணை உறுதிப்படுத்தவும் வேண்டும். ஆனால் இவற்றை முழுமையாக புறந்தள்ளிவிட்டு பெருமளவு உற்பத்தி ஆற்றல் மற்றும் செலவை கொண்ட நவீனப் பொருட்களை இவற்றிற்கு மாற்றாகப் பயன்படுத்த வேண்டாம். இப்பொருட்களின் ஏற்புடைமை பற்றியும் சற்று சிந்திக்க வேண்டும்.)

3. தற்போது உள்ள கட்டடக்கலைஞர்களுக்கு பெரிய கண்ணாடி சாளரங்களைப் பயன்படுத்துவதே ஒரு வழக்கமாக மாறிவிட்டது. ஊரகங்களில் வாழும் மக்கள் வெயிலில் வேலை செய்துவிட்டு, வீட்டுக்கு திரும்புவது உடம்பு சூட்டைத் தணித்துக் கொண்டு குளிர்ச்சியான ஒரு சூழலில் தங்குவதற்கே ஆகும். பூச்சிகள், கொசுக்கள், வௌவால்கள் போன்றவை வீட்டினை அண்டாமல் இருக்கவும் அவர்கள் விரும்புகிறார்கள். மேலும் ஒரு சதுர மீட்டர் சாளரத்தின் விலை, ஒரு சதுர மீட்டர் வெற்று சுவரை விட ஏறத்தாழ பத்து மடங்கு அதிகம் என்பதையும் நாம் நினைவில் கொள்ள வேண்டும்.

4. பாதுகாப்பு மிகவும் முக்கியமானது. ஊரகங்களில் ஒட்டுமொத்த ஒரு குடும்பமும் நீண்ட நேரம் வயல்களில் இருக்க நேரிடும். உடைமைகள் குறைவாக இருப்பவர்களுக்கு அவை மிகவும் மதிப்புமிக்கவையாக இருக்கும்.

5. பெரும்பாலும் ஒரு ஜாலி (jali) சுவர், ஒரு கண்ணாடி சாளரத்துக்கு சிறந்த மாற்றாக அமையும். ஜாலிகள் பொதுவாக தணிந்த ஒளியை அனுமதித்து காற்றோட்டத்தை சீராக்குகிறது. மேலும் மழையை வீட்டினுள் வர விடாமல் தடுக்கிறது. நாம் வீட்டின் உட்புறத்தில் இருக்கும் போது, ஜாலிகளின் அருகில் இருந்து வெளியே பார்ப்பதால் வெளியே இருப்பது நமக்கு தெளிவாகத் தெரியும். ஆனால் வெளியில் இருப்பவர்களுக்கு தொலைவில் இருந்து ஜாலிகளைப் பார்ப்பதால் வீட்டினுள்ளே நடப்பது தெரியாது. திருடர்கள் அல்லது விலங்குகள் நுழைய முடியாத வண்ணம் தான் ஜாலிகள் அமைக்கப்படுகின்றன.

6. ஜாலிகளை செங்கல், ஓடு, செம்புரைக்கல் (laterite block), கருங்கல், பிரம்பு அல்லது மூங்கில் போன்றவற்றைக் கொண்டு அமைக்கலாம். அவற்றின் வடிவங்கள் அழகாகவும் மகிழ்வளிக்கக் கூடியதாகவும் இருக்க வேண்டும். சாளரங்களைப் போலன்றி, எளிய ஜாலிகளின் விலை வெற்று சுவரை விட குறைவாக உள்ளது.

கடைக்கால் மற்றும் அடிப்பீடம் (FOUNDATION & PLINTH)

1. தேவையானதை விட ஆழமாகத் தோண்ட வேண்டாம். கடைக்கால், எல்லாப் பக்கங்களிலும் ஒரே மாதிரியான மண் வகையினை தொடும் வரை தோண்டப்பட வேண்டும். இதனால் கடைக்கால் எல்லா பக்கங்களிலும் ஒரே ஆழத்தில் இருக்க வேண்டும் என்று அவசியமில்லை.

2. கடைக்கால் (பொதுவாக 45செ.மீ.) எந்த அளவுக்கு அகலமாக இருக்கிறதோ, அதே அகலத்துக்கே குழியைத் தோண்ட வேண்டும்.

3. தோண்டிய மண்ணை பின் குழிகளில் நிரப்புவதற்குப் பயன்படுத்த வேண்டும். எனவே அதை வெளியே அகற்றாமல், கட்டட பகுதிக்கு உள்ளேயே போட வேண்டும்.

4. ஐம்பது ஆண்டுகளுக்கு மேற்பட்ட உள்ளூர் பாரம்பரிய வீடுகள் அந்த பகுதியில் இருந்தால், அவ்வீட்டில் பயன்படுத்தப்பட்டுள்ள அதே கடைக்கால் முறையை நாமும் பயன்படுத்தலாம். ஒருவேளை அதைவிட எளிமையாகவும், குறைந்த விலையிலும் அமைக்க முடியுமென்றால் மட்டுமே வேறொரு கடைக்கால் முறையைப் பயன்படுத்தலாம்.

   - கடினமான மண் வகைகளுக்கு, அறிவியல் சார்ந்த மாற்று அணுகுமுறைகள் தேவைப்படலாம். எடுத்துக்காட்டாக, மீட்டெடுக்கப்பட்ட மண் (reclaimed soil) மற்றும் கரிசல் மண்ணைக் (black cotton soil) கையாள்வது கடினமான செயல் ஆகும்.
   - வழக்கமாக ஆழமான குழிகளை உருவாக்கி, மணல் மற்றும் சரளையைக் கொண்டு நிரப்பி அமைக்கப்படும் கடைக்கால்களுக்கு மாறாகத் , தரையில் ஒரு உத்தரத்தை (surface beam) அமைக்கலாம். இதற்கு, மேல் மண்ணில் சில செண்டிமீட்டர்களை மட்டும் அகற்றினால் போதும்.

Rs +

Rs −

- எஃகுக்கு (steel) பதிலாக மூங்கில் கொண்டு உத்தரங்களை (beams) வலுப்படுத்தலாம். உத்தரத்தின் அகலம் கீழே அகலமாகவும் மேலே சற்று குறைவாகவும் இருக்கலாம். அதாவது, உத்தரத்தின் கீழ் அகலம் 50செ.மீ. ஆகவும், அதன் மேல் அகலம் 20 - 25செ.மீ. ஆகவும், அதன் ஆழம் 50 - 60செ. மீ. ஆகவும் இருக்கலாம்.

- தண்டவாளத்தில் உள்ளது போல, இந்த உத்தரங்களை ஒன்றோடு ஒன்று இணைத்து வரிசையாக அடுக்கி, அதன் மேல் வீட்டை கட்டமைக்கலாம்.

- இந்த உத்தரங்கள் ஒரு இராணுவ பாலத்தின் மிதவைகளைப் (pontoon bridge) போன்றவை. காலநிலை மாற்றங்களைப் பொறுத்து, கரிசல் மண் எவ்வாறு திடமாகவும் அல்லது மென்மையாகவும் ஆகி மேலும் கீழுமாக அசைகிறதோ, அதைப் பொறுத்தே இந்த உத்தரங்களும் அசைகின்றன. இதனாலேயே இந்த அமைப்பு மிதவை கடைக்கால் (floating foundation) என்று அழைக்கப்படுகிறது.

- கற்காரை சல்லிகள் (blue metal) வழக்கத்தை விட பெரியதாக இருக்கலாம். (அளவு 60மி.மீ.)

5. கல் கிடைக்கும் இடத்தில், இதுவே சிறந்த கடைக்கால் மற்றும் அடிப்பீடம் (plinth) அமைக்கும் பொருளாக இருக்கலாம். ஆனால் அது சரியாக பிணைக்கப்பட (bonding) வேண்டும். அவ்வாறு பிணைக்கப்பட்டிருந்தால், அது சாந்து பயன்படுத்தாத உலர் சுவராக (dry wall) இருக்கலாம் அல்லது மண் சாந்தைக் கொண்டு கட்டப்படலாம். தேவைப்பட்டால், இந்த சுவரின் வெளிப்புறத்தில் சுண்ணாம்பு அல்லது சிமிட்டியைக் கொண்டு கீறிபூசலாம் (pointing).

6. ஒரு தடியான சுவர் வலுவாக இருக்க வேண்டிய அவசியமில்லை. சுவரின் தடிமனை விட பிணைப்பு முக்கியமானது.

7. கட்டடங்களைக் கட்டும்போது கருங்கற்களை தரையில் தட்டையாக வைக்க வேண்டும், நிமிர்த்தி செங்குத்தாக வைக்கக்கூடாது.

25
50
50

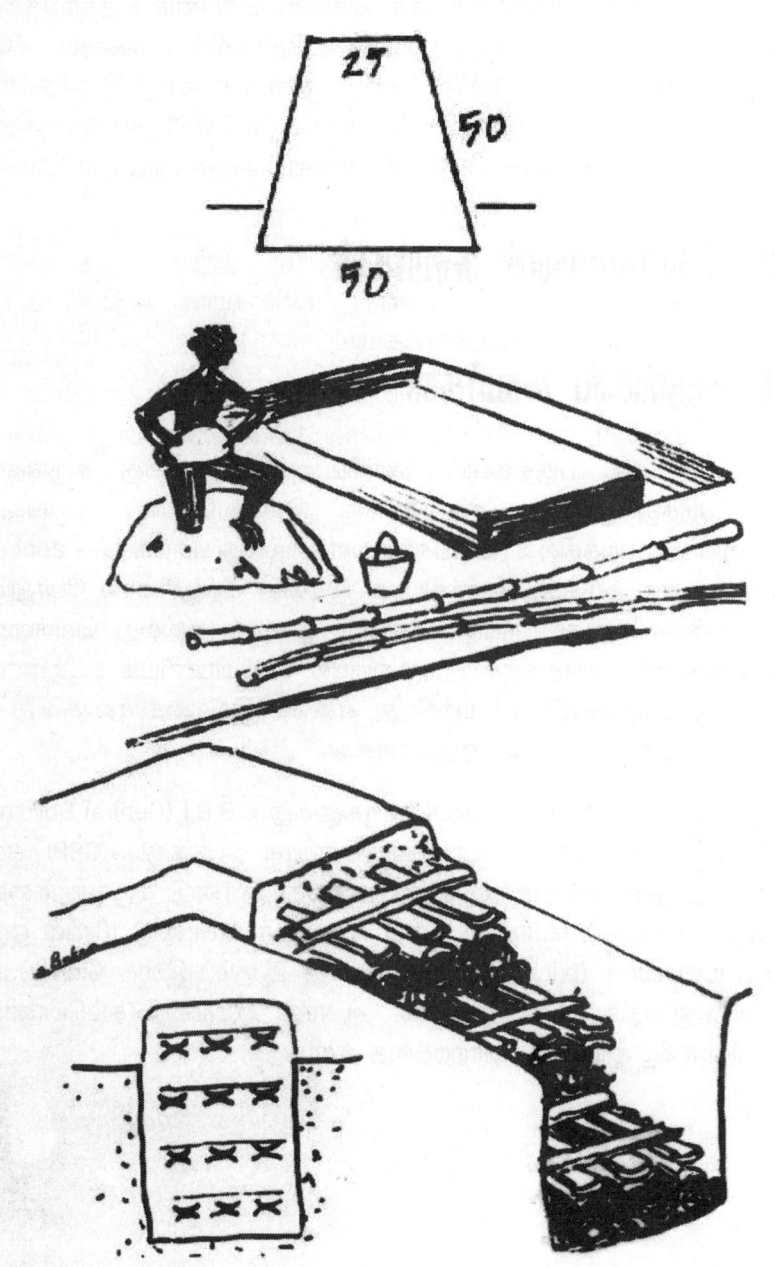

மேற்கட்டுமானச் சுவர்கள்

1. கருங்கல் சுவர்கள்

நாட்டின் சில பகுதிகளில் வெளிப்புற சுவர்களுக்கு கருங்கல் பயன்படுத்துவதுண்டு. பூச்சு தேவை இல்லையெனில், கருங்கல் சுவரின் உட்புறத்தில் 3" செங்கற்களை (அல்லது பசுமக்கல் - adobe) வரிசையாக அடுக்கி, நேர்த்தியாக இதனை கீறிபூசினால் போதும். விரும்பினால் அச்சுவருக்கு வண்ணம் பூசலாம் அல்லது வெள்ளை அடிக்கலாம். பொதுவாக இம்முறையில் மேல்மாடியைக் கட்டினால் செலவு பெருமளவிற்கு உயர்கிறது. எனவே இவ்வகை கல் சுவர்கள் தரைதளத்திற்கு மட்டுமே ஏதுவானவை.

இடத்தைச் சேமிக்க உட்புறச் சுவர்களுக்கு C.B.R.I (Central Building Research Institute) கற்கள் பயனுள்ளதாக இருக்கும். CBRI கல் என்பது ஒரே அளவிலான ஒன்று அல்லது இரண்டு கருங்கற்களை ஒரு அச்சுக்குள் போட்டு, அதை கற்காரை கொண்டு நிரப்பி ஒரு இட்டிகையாக (brick block) ஆக்குவது ஆகும். இதை வெளிப்புற சுவர்களுக்கும் பயன்படுத்தலாம். ஆனால் இம்முறை கட்டுமானம், அரிதாகவே அழகான தோற்றத்தை அளிக்கும்.

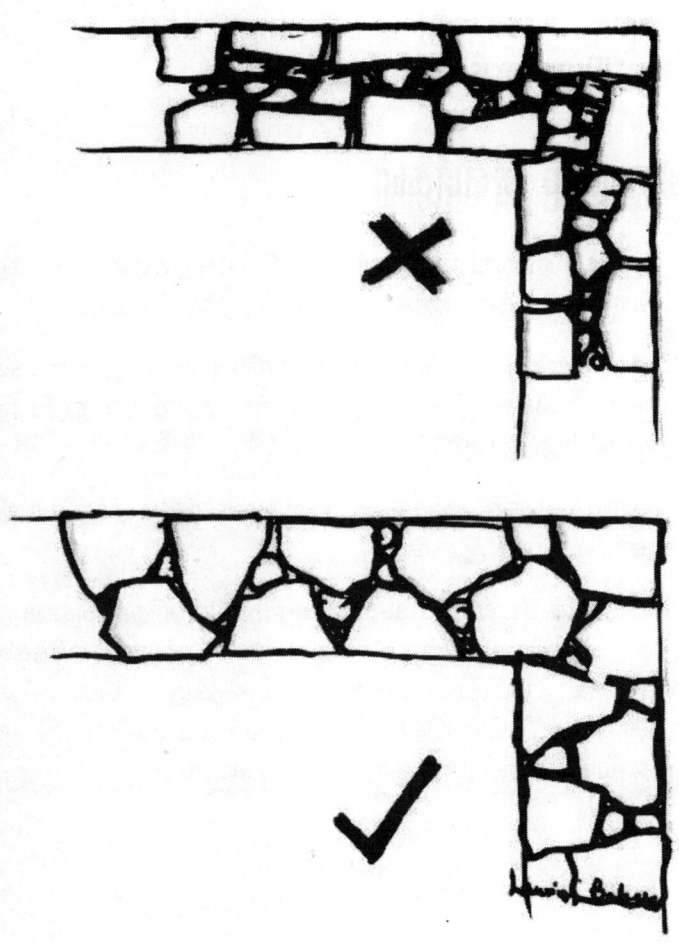

2. செங்கல் சுவர்கள்

1. செங்கற்கள் ஏராளமாக தயாரிக்கப்படும் பகுதிகளில் அவற்றையே கட்டுமானங்களுக்கு அதிகமாகப் பயன்படுத்த வேண்டும்.

2. 4.5" சுவர்களை வளைத்துக் கட்டினாலோ அல்லது உதைச்சுவர் (buttress) கொண்டு கட்டினாலோ அவை உறுதியாகவும் வலுவாகவும் இருக்கும்.

3. 9" சுவர்கள் மூன்று அடுக்கு உயரம் வரை சுமை தாங்கும் திறன் கொண்டவையாக இருக்கும்.

4. எலிப்பொறிக் கட்டைப் (rat-trap bond) பயன்படுத்தி செங்கற்கள், சாந்து, போன்றவற்றின் செலவை 25% வரை சேமிக்கலாம். இவ்வகைக் கட்டுமானத்தை 3 அடுக்கு உயரம் வரை பாதுகாப்பாகப் பயன்படுத்தலாம். இது மற்ற வகைக் கட்டுகளுக்கு இணையான சுமை தாங்கும் வலிமை உடையது.

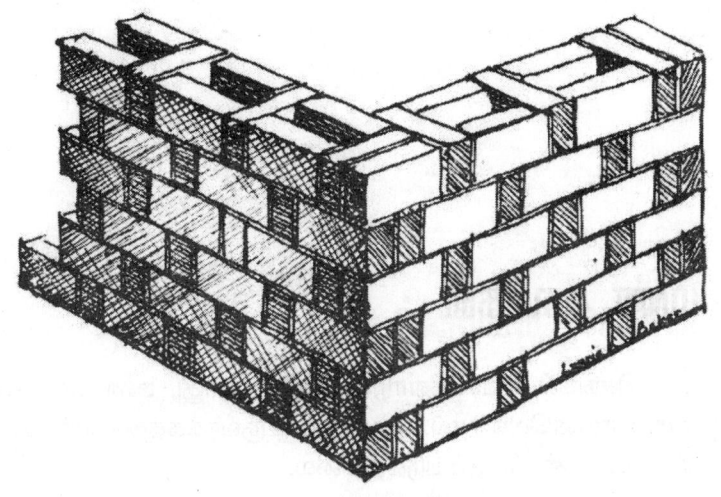

எலிப் பொறிக் கட்டு

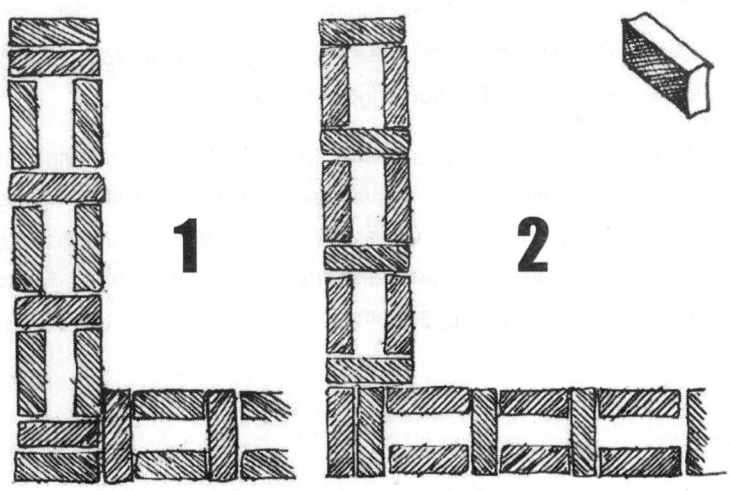

RAT-TRAP BOND

3. மண் சுவர்கள்

1. சுட்ட செங்கல் சுவர்களோடு ஒப்பிடும் போது, மண் சுவர்களின் நன்மை என்னவென்றால், இவற்றின் உருவாக்கத்தில் எந்த வகை ஆற்றலும் பயன்படுத்தப் படுவதில்லை.

2. மண் சுவர்களில் பல வகைகள் உள்ளன.

3. எல்லா கால நிலைகளிலும் தண்ணீரிலிருந்து மண் சுவர்கள் பாதுகாக்கப்பட வேண்டும்.

4. நவீன செய்முறைகளின் தேவை இல்லாதபோது உள்ளூர் செயல்முறைகளையே பயன்படுத்த வேண்டும்.

5. பசுமக்கல் (adobe) கொண்டு கட்டும் முறையானது, மண் சுவர் கட்டமைக்கும் முறைகளிலேயே எளிதானதாகும். கொத்தனார்கள் சுட்ட செங்கல் சுவர்களுக்கு பயன்படுத்தும் அதே பிணைப்பு முறைகளையே பசுமக்கல் சுவர்கள் அமைப்பதற்கும் பயன்படுத்தலாம்.

சுவர் திறப்புகள்

1. திறப்பு விட்டங்களை (lintel) பயன்படுத்துவதற்கு பதிலாக கவான்களைப் (arches) பயன்படுத்தலாம்.

2. தட்டை (flat), பிறைவட்டம் (segmental), கூர்மாடம் (pointed), வட்டம் (round), தண்டையம் (corbelled) போன்ற பல வகையான கவான்கள் உள்ளன.

3. அனைத்து கவான் முறைகளும் மண் சுவர் கட்டுமானத்திற்குப் பொருத்தமானவை ஆகும்.

4. கவானின் உந்துவிசையைக் (arch thrust) கையாள அதன் சுவர்கள் போதுமான அகலத்தைக் கொண்டிருக்க வேண்டும்.

5. கவானின் வடிவச்சாரத்தை (formwork) சாந்து காய்வதற்கு முன்பே நீக்க வேண்டும். இந்த செயல், வடிவச்சாரத்தின் உதவி இல்லாமலேயே கவான் அதனை நிலைப்படுத்திக் கொள்ள உதவும்.

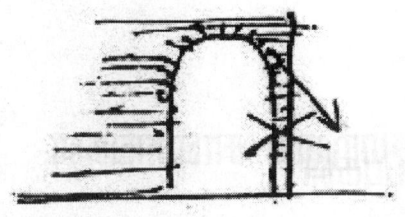

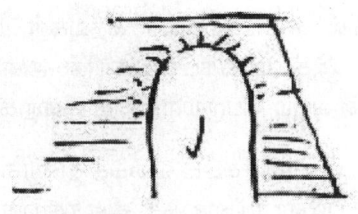

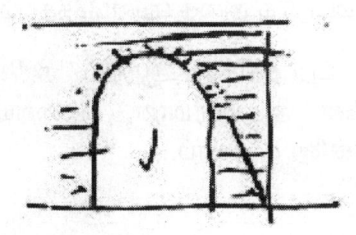

கதவுகள் மற்றும் சாளரங்கள்

1. மரம் கிடைப்பதற்கு அரிதாகவும், அதன் விலை மிக அதிகமாகவும் உள்ளது. எனவே, மரத்தை முடிந்தவரை குறைவாகப் பயன்படுத்த வேண்டும்.

2. பல நேரங்களில், சட்டகமில்லா கதவுகள் மற்றும் சாளரங்களே போதுமானது. இது மரக்கட்டைகளின் அளவு, வேலையாட்கள், பொருட்செலவையும் பெருமளவிற்கு குறைக்கும்.

3. பலகை மற்றும் இணைச்சட்ட வகைத் திரைகள் (board and batten type shutters), இடைப்பலகைத் திரைகளை (panelled shutters) விட குறைந்த விலையில் கிடைக்கின்றன. இவற்றைச் செய்வதற்கு குறைந்தளவு மரம் மற்றும் மனிதவளமே தேவைப்படுகின்றன.

4. கண்ணாடி பெரும்பாலும் தேவைப்படுவதில்லை. அத்தியாவசிய தேவைக்கு மட்டுமே அதை பயன்படுத்தவும்.

5. கண்ணாடி உற்பத்திக்கு ஆற்றல் அதிகளவில் தேவைப்படும். கண்ணாடியின் ஆடம்பரமான, தேவையற்ற பயன்பாடு தேச விரோதம் என்றே கூறலாம்.

தரைகள்

1. தேவைக்கு ஏற்ப உள்ளூர் பொருட்களைப் பயன்படுத்த வேண்டும்.

2. சிமிட்டி ஒரு ஆற்றல் மிகுந்த கட்டுமானப் பொருள். எனவே, அதற்கு மாற்றாக ஒரு ஏதுவான உள்ளூர் பொருள் இருந்தால் சிமிட்டிப் பயன்பாட்டினை குறைக்கலாம்.

3. மெருகூட்டப்படாத தரை ஓடு பதிக்கப்பட்ட தரைகள் (unglazed tile floor) பாரம்பரியமானதாகவும் செயல்திறன் மிக்கதாகவும் இருக்கின்றன.

4. பல பகுதிகளில், உள்ளூரிலேயே தரைதளம் இடுவதற்கு ஏற்ற கற்கள் கிடைக்கின்றன. அவ்வாறு கிடைக்கும் இடங்களில், அவற்றையே பயன்படுத்த வேண்டும்.

கூரைகள் மற்றும் தரை பலகங்கள்

1. பல பகுதிகளில் ஓட்டுக் கூரைகளின் பயன்பாடு சரியானதே. எனினும் அதனை நெடுவிட்டம் (purlin), கைவிட்டம் (rafter) மற்றும் இணைச்சட்டம் (batten) போன்ற மரச்சட்டங்களைக் கொண்டு கட்டமைக்க வேண்டி உள்ளது.

2. மறுபுறம், முன்புனைந்த (prefabricate) மற்றும் வலுவூட்டப்பட்ட கற்காரை பலகங்கள் (RCC slabs) ஆற்றல் மிகுந்த எஃகு மற்றும் சிமிட்டியின் உதவியோடு தயாரிக்கப்படுகிறது.

3. இரண்டு கூரை அமைப்புகளுக்கும் நன்மைகள் மற்றும் தீமைகள் உள்ளன. ஆகையால், வேலையாட்கள் மற்றும் போக்குவரத்துக்கான செலவுகளின் அடிப்படையிலேயே கூரை அமைப்பினை தேர்வு செய்ய வேண்டும்.

4. கற்காரைக் கூரைகள்: C.B.R.I. (Central Building Research Institute) போன்ற நிறுவனங்கள் 'ட' வடிவிலான இடைப்பலகங்கள் (L-panels), இரட்டை வளைவுக் கூரைகள் (Double funicular shells) போன்ற பலவிதமான கூரைகளை கட்டமைப்பதில் செயலாற்றி வருகின்றன. நடைமுறையில் இரட்டை வளைவுக் கூரையானது, நீர்க் கசிவுச் சிக்கல்களைக் கொண்டுள்ளது.

இவை இரண்டுமே எஃகு மற்றும் சிமிட்டியைப் அதிக அளவில் பயன்படுத்துகின்றன. ஆனால் நிரப்புப் பலகங்களோ (filler slabs) கூரைக்கு தேவைப்படும் பொருட்களைக் குறைத்து, அவற்றின் கட்டுமானச் செலவையும் குறைக்கின்றன. கற்காரைக் கூரை முறைகளை விலை, போக்குவரத்து மற்றும் கையாளுதல் போன்ற காரணிகளைக் கொண்டு தேர்வு செய்வதே சிறந்தது.

5. குவிமாடங்கள் (dome) மற்றும் கவிகைமாடங்கள் (vault) செங்கற்களைக் கொண்டு கட்டப்படலாம். ஆனால் இந்தியாவில் இவ்வகையான கூரைகளை யாரும் பெரும் அளவில் பயன்படுத்துவது இல்லை. எகிப்து போன்ற ஒரு வறண்ட பகுதியில், ஹசன் ஃபதே எனும் கட்டடக்கலைஞர் மண்ணைக் கொண்டு குவிமாடங்கள் மற்றும் கவிகை மாடங்களை பலக் கட்டடங்களில் பயன்படுத்தி உள்ளார்.

ஊரக வீடு 1

இது மூன்று அறைகள் கொண்ட எளிமையான வீடாகும். இவ்வீட்டின் முற்பகுதியில் ஒரு வான்நோக்கிய முற்றம் (OTS - Open To Sky courtyard) உள்ளது. வீட்டின் முதன்மையான கூரையை முற்றத்தை மட்டும் விட்டு விட்டு, முற்பகுதியின் எல்லை வரை நீட்டித்தால், கால்நடைகள் மற்றும் தொழில்களுக்கான கொட்டகைகளை உருவாக்க முடியும். மனையளவு மற்றும் குடும்பத் தேவைகளுக்கு ஏற்ப இந்த வீட்டின் வடிவமைப்பின் அளவுகளை மாற்றலாம்.

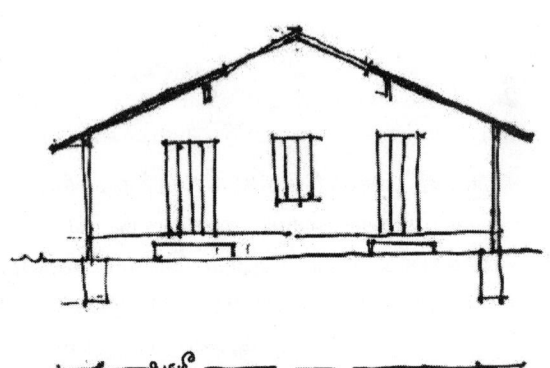

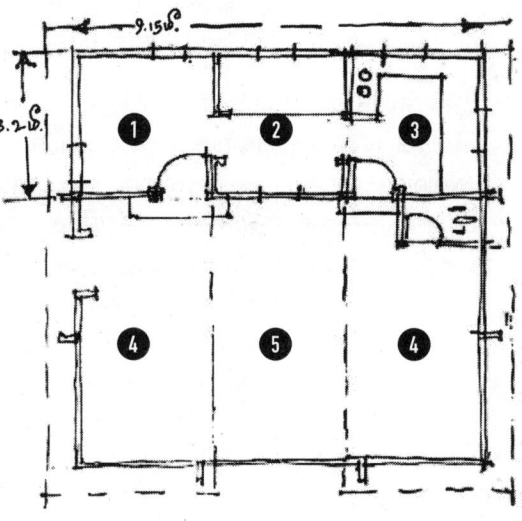

① வாழ்வறை   ② படுக்கை அறை   ③ சமையல் அறை   ④ கொட்டகை
⑤ வான்நோக்கிய முற்றம்

திட்டத்தில் உள்ளது போல.

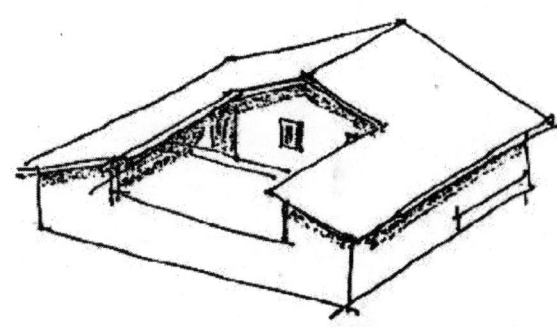

அதே திட்டம், தட்டையான கூரை மற்றும் மேல்மாடி விரிவாக்கத்திற்கான இடத்துடன்.

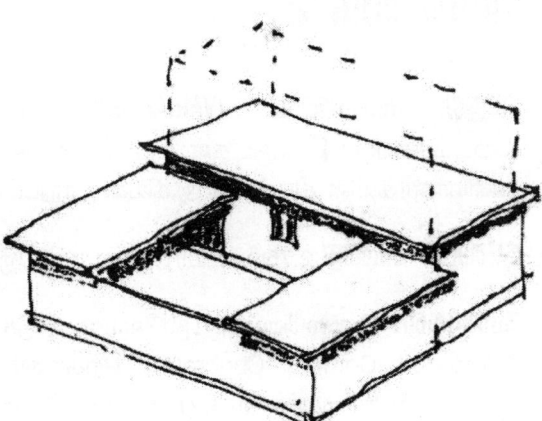

அதே திட்டம், மஞ்சிக் கூரையுடன் (ஓடு, ஓலை, அல்லது தகடு).

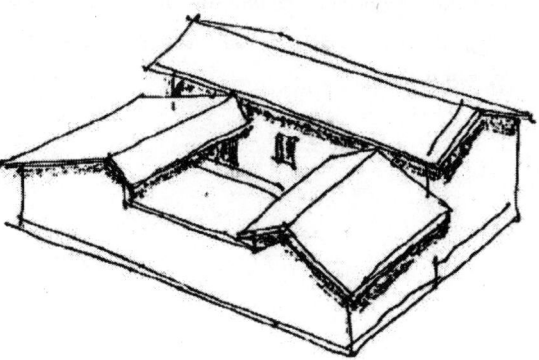

ஊரக வீடு 2

மாறக் கூடியவை (VARIABLES): நாம் வசிக்கும் பகுதகளில் கிடைக்ககூடிய பொருட்கள், பொருட்களின் விலை மற்றும் கட்டடப் பணியாளர்களின் திறன்கள் ஆகியன மாறுபட்டதாக இருக்கும்.

தட்டைக் கூரை: 2.75மீ. உயரத்தில் பரண் இல்லாமல் இருக்கலாம்.

கூரைகள்: ஓலைவேய்வு, புல்வேய்வு, ஓடுகள், கற்காரை (RCC - Reinforced Cement Concrete), கற்காரை நிரப்புப் பலகங்கள், தகடுகள் போன்றவற்றால் உருவாக்கப்படுபவை.

கட்டுமானத்தின் அகலம்: படத்தில் உள்ளது 3மீ. உயரம்; ஆனால் அது 2.75மீ. முதல் 4.10மீ. வரை எந்த அளவாக வேண்டுமானாலும் இருக்கலாம்.

முப்பரிமாணக் காட்சி 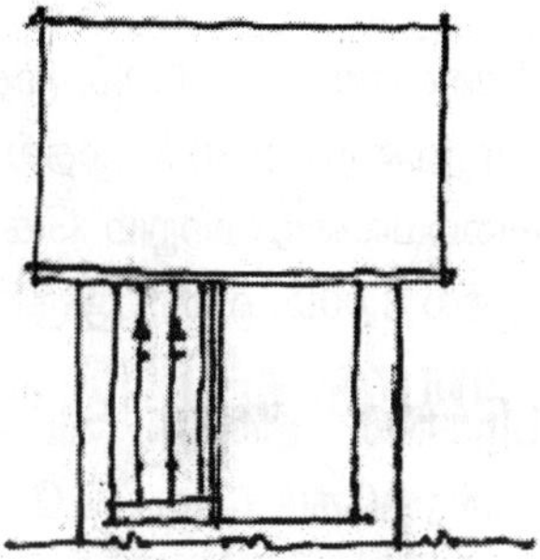 | முன் தோற்றம்

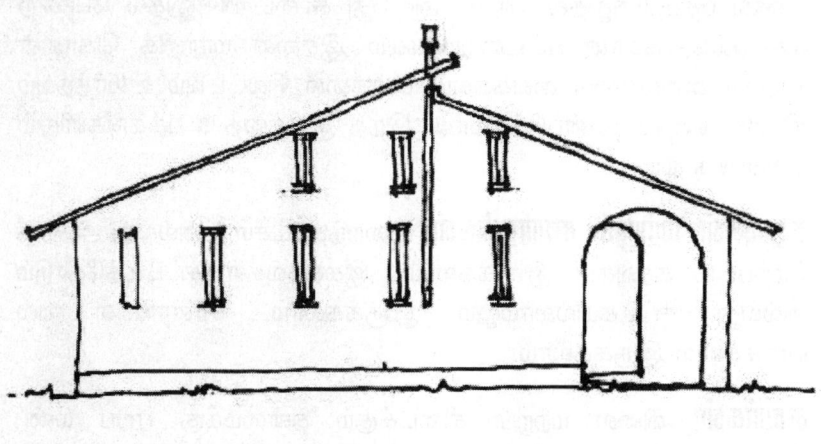

பக்கத் தோற்றம்

இடங்களின் அளவு:

திண்ணை - 0.9மீ. முதல் 2.30மீ. வரை இருக்கலாம்.
வாழ்வறை - 2.30மீ. முதல் 3.00மீ. வரை இருக்கலாம்.
சமையலறை மற்றும் கொட்டகை வாழ்வறையைப் போலவே 2.30மீ. முதல் 3.00மீ. வரை இருக்கலாம்.

படுக்கை அறை: வீட்டில் உள்ள மற்ற அறைகளின் அளவை குறைத்தோ கூட்டியோ படுக்கை அறைக்கான இடத்தை உருவாக்கலாம்.

கொட்டகை: இந்த இடத்தை கால்நடைத் தொழுவமாகவும், கோழிப் பண்ணையாகவும் பயன்படுத்தலாம். மேலும் பட்டுப்புழு வளர்ப்பு, உணவு பதப்படுத்துதல், பிரம்பு அல்லது கூடை பின்னுதல் போன்ற தொழில்களுக்கான பட்டறையாகவும் இதனை மாற்றிக் கொள்ள முடியும். வலைகளை வைக்கவும், மீன்களை வெட்டவும் உலர்த்தவும் இவ்விடத்தைப் பயன்படுத்தலாம். இந்த இடத்தை 3 பக்கங்களிலும் விரிவாக்க முடியும்.

கதவுகள் மற்றும் சாளரங்கள்: குறைந்தபட்சம் 3 அல்லது அதற்கு மேற்பட்ட கதவுகள் இருக்கலாம். இக்கதவுகள் சட்டகத்தோடும் அல்லது சட்டகமில்லாமலும் இருக்கலாம். சாளரங்கள் பல வகைகளில் இருக்கலாம்.

சுவர்கள்: விலை மற்றும் கிடைக்கும் தன்மைக்கு ஏற்ப மண், செங்கல், கல் கொண்டு சுவர்களை அமைக்கலாம்.

புகையா அடுப்பு (SMOKELESS CHULHA): இதன் முக்கிய நோக்கம் ஆற்றலை சேமித்தல்.

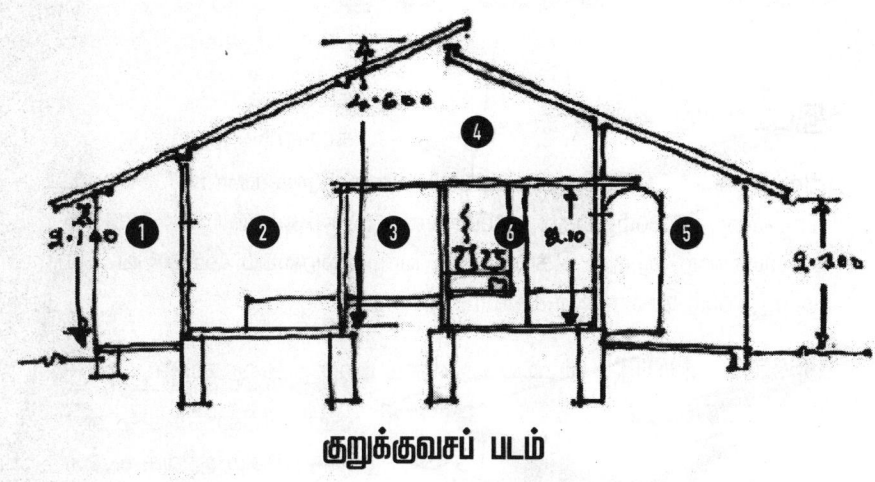

குறுக்குவசப் படம்

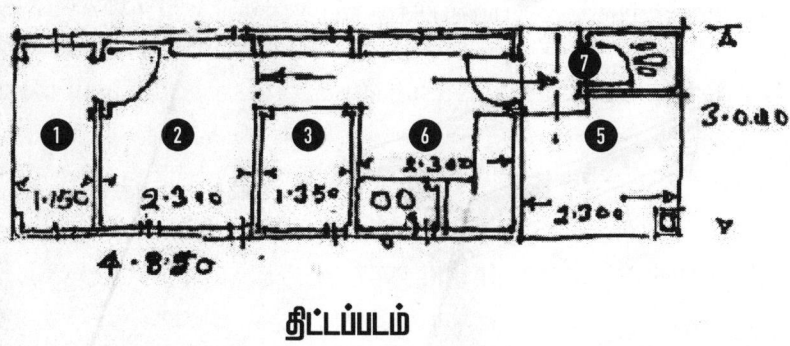

திட்டப்படம்

① திண்ணை　② வாழ்வறை　③ படுக்கை அறை　④ பரண்
⑤ கால்நடைக் கொட்டகை　⑥ சமையல் அறை　⑦ கழிவறை

ஒரு மையத் திட்டத்திலிருந்து

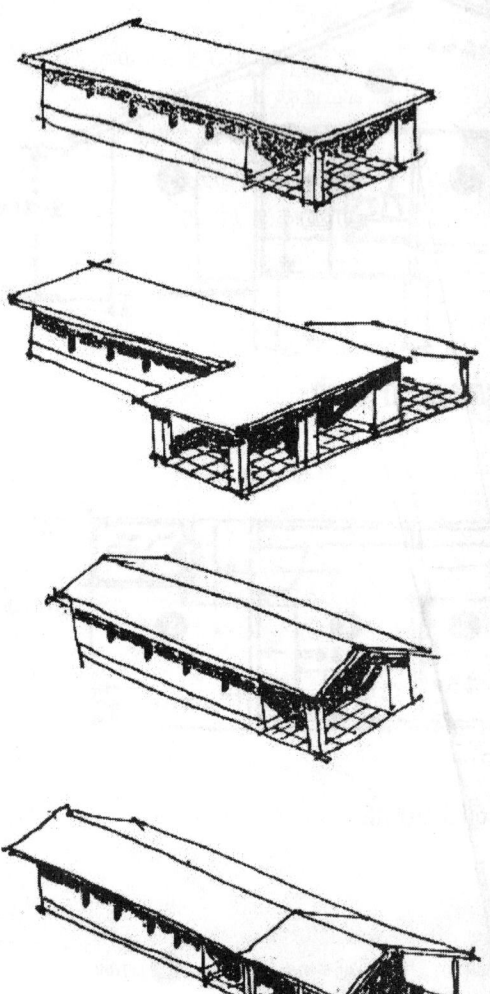

தட்டைக் கூரையை நீட்டித்து வாழ்வறைக்கோ அல்லது கொட்டகைக்கோ அதிக இடம் ஏற்படுத்துவது.

அதே மையத் திட்டம்; ‘ட’ வடிவ விரிவாக்கத்துடன், ஒரு பக்கம் சரிவுக் கூரை அமைப்பது (ஓலை வேய்வு, புல் வேய்வு, ஓடுகளைக் கொண்டு).

அதே மையத் திட்டம்; மஞ்சிக் கூரை அமைப்பது.

மேலே உள்ள திட்டம்; நீளவாட்டில் விரிவாக்குவது.

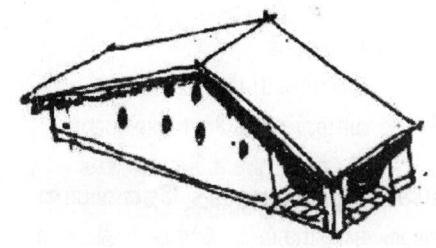

அதே மையத் திட்டம்;
வீட்டின் சுவர்களை
உயரமாக்கி மஞ்சிக்
கூரை அமைத்து
பரணுக்கு இடம்
ஏற்படுத்துவது.

மேலே உள்ள திட்டம்;
முன் பகுதியின்
பக்கவாட்டில்
இருபக்கமும் விரிவாக்கி
கொட்டகைக்கான
இடத்தை
அதிகப்படுத்துவது.

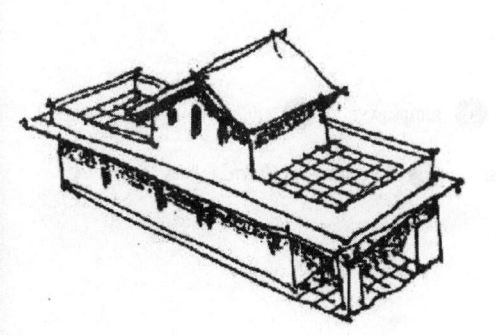

அதே மையத் திட்டம்;
தட்டைக் கூரையின் மேல்
ஒரு தளம் உருவாக்கி,
இருப்பக்கமும் மொட்டை
மாடியாக்கி வீட்டார்
புழங்கும் இடத்தை
அமைப்பது.

ஒரு ஊரக மைய வீடு

ஒரு மைய வீட்டின் முக்கிய குறிக்கோள் வாழ்வதற்குத் தேவையான குறைந்தபட்ச வாழ்விடத்தை வழங்குவதாகும். இந்த திட்டம் வீட்டாருக்கு வாழ்வறை, படுக்கை அறை மற்றும் பரண் என உறங்குவதற்கான மூன்று பகுதிகளை வழங்குகிறது.

மைய வீட்டின் நான்கு பக்கங்களில் ஏதேனும் ஒன்று அல்லது அனைத்து பக்கத்திலும் தேவைக்கேற்ப எந்த நேரத்திலும் கூடுதல் அறைகள் அல்லது கொட்டகைகளைச் சேர்த்துக் கொள்ளலாம்.

ஒரு பரண் உள்ள வீட்டை உயரமாக்குவதால், மேற்கூரையை சற்றே புறம் நீட்டித்து ஒரு கொட்டகைக்கான இடத்தை அமைக்கலாம். இந்த கொட்டகை கால்நடைகளைப் பராமரிக்கவும், புகையா அடுப்புக்கான இடத்தை அமைக்கவும் பயன்படலாம்.

முன் காண்பிக்கப்பட்ட விரிவாக்க வகைகள் அனைத்தும் இதில் சாத்தியம் ஆகும்.

1 சமையலறை 2 கழிவறை 3 வாழ்வறை 4 படுக்கை அறை

5 பொதுக் கொட்டகை 6 பரண் 7 கால்நடைக் கொட்டகை

புறத்தோற்றப் படம்

குறுக்குவசப் படம்

திட்டப்படம்

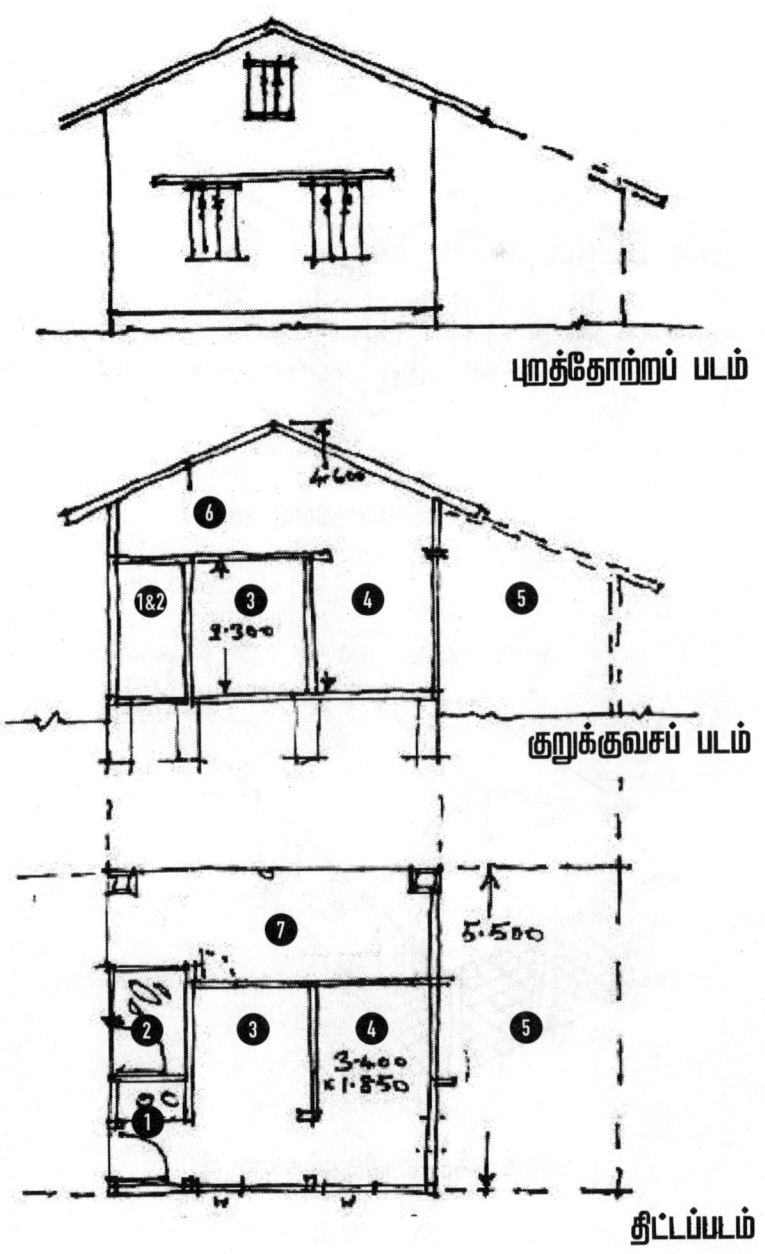

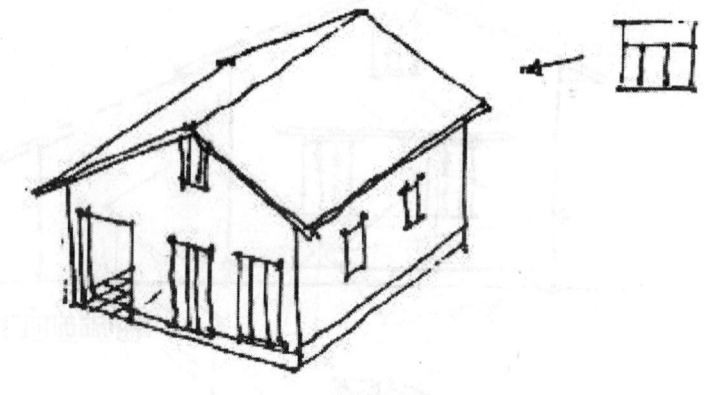

அதே ஊரக மைய வீடு

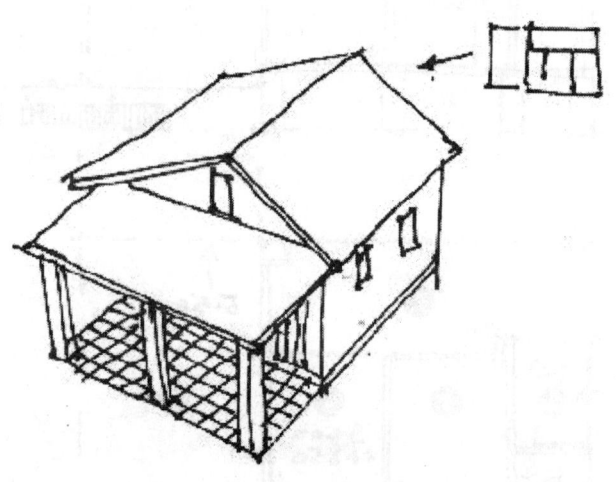

ஒரு பக்க விரிவாக்கத்துடன்

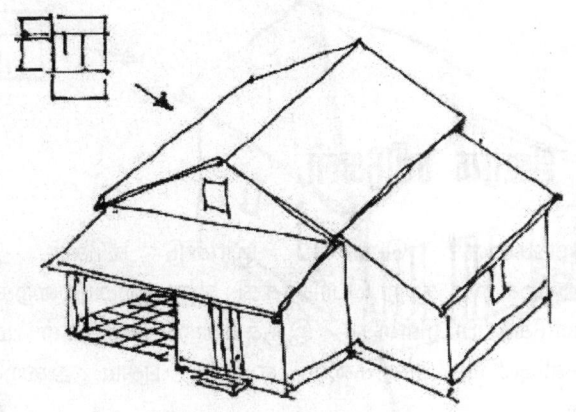

இரண்டு பக்க விரிவாக்கத்துடன்

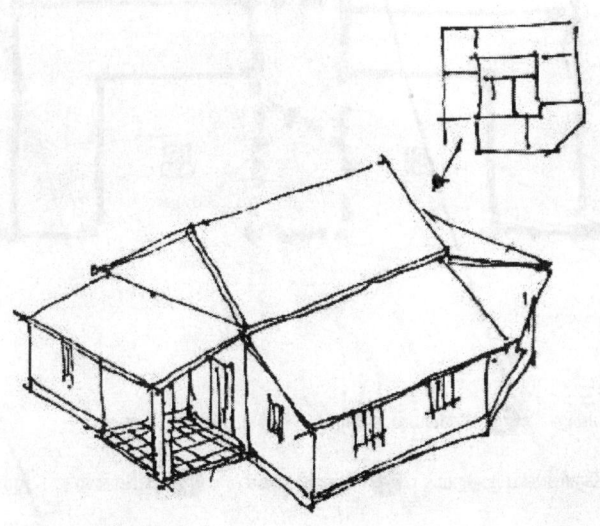

அனைத்துப் பக்கங்களிலும் விரிவாக்கத்துடன்

இரண்டு ஊரக வீடுகள்

இவை முற்றங்களைக் கொண்ட இரண்டு வீடுகள். இந்த திட்டத்தில் அறைகளை சற்று பெரிதாக்கி, ஒரு சமையலறைக்கான இடமும் கொடுக்கப்பட்டுள்ளது. இருக்கின்ற அறைகள் மற்றும் கொட்டகைகளிலேயே சுவர்களை எழுப்பி, புதிய அறைகளை அமைக்கலாம்.

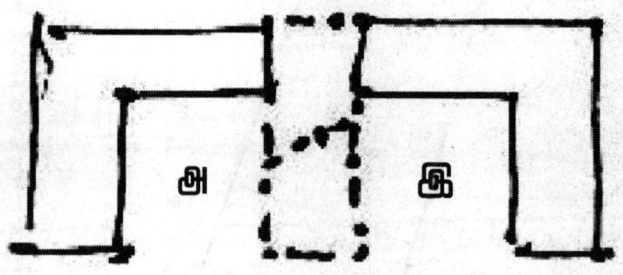

❶ வாழ்வறை ❷ சமையல் அறை ❸ படுக்கை அறை
❹ வான்நோக்கிய முற்றம் ❺ கொட்டகை ❻ கழிவறை   ஜா. ஜாலி

குறுக்குவசப் படம்

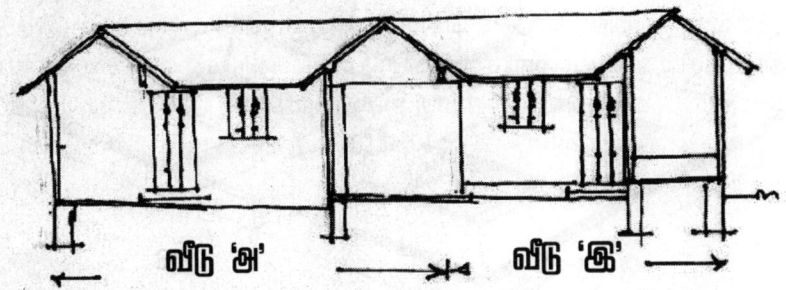

திட்டப்படம்

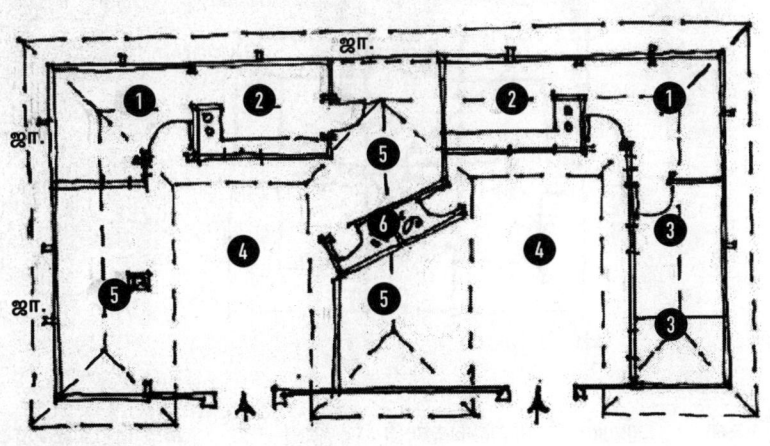

நான்கு வீடுகள் கொண்ட தொகுப்பு

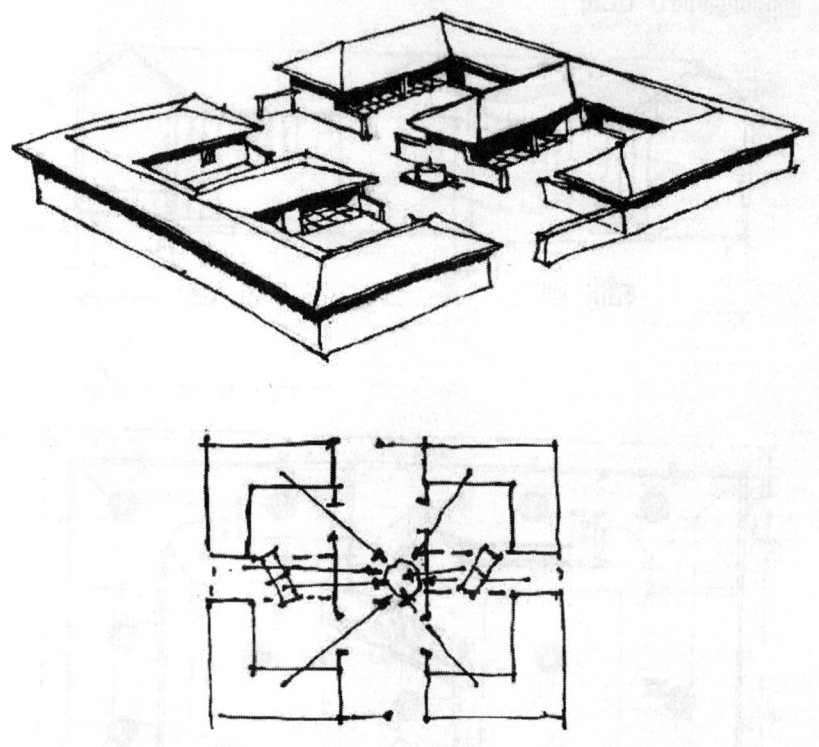

வீடுகள் மற்றும் முற்றங்களை இவ்வாறு தொகுப்புகளாக அமைக்கலாம். கரிம கழிவுகள் ஒரு உயிரி செரிப்பானுக்கு (bio-gas plant) செல்கின்றன. கட்டடங்களுக்கு இடையில் இருக்கும் சந்தின் முடிவிலுள்ள சுவர்கள் மற்றும் வாயில்கள், பாதுகாப்பு வழங்குவதோடு, கால்நடைகளுக்கான இடமாகவும், சேகரமாகவும் பயன்படலாம்.

அதே இரண்டு வீடுகளின்
தொகுப்பு – சரிவுக் கூரையுடன்

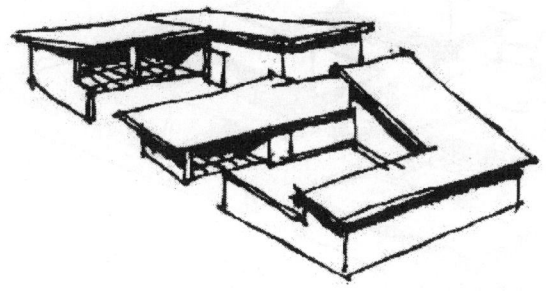

அதே இரண்டு வீடுகளின்
தொகுப்பு – தட்டைக் கூரையுடன்

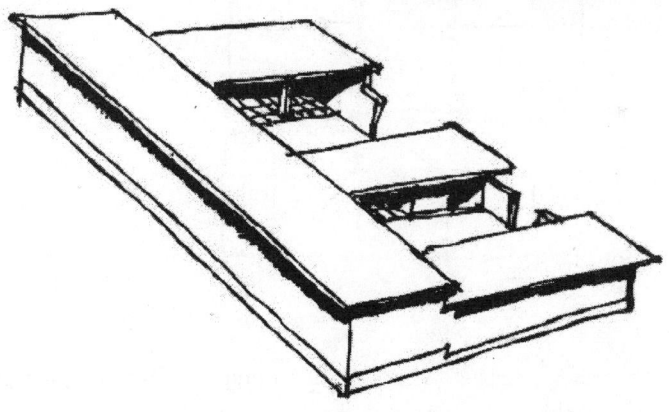

முன் காண்பிக்கப்பட்ட விரிவாக்க வகைகள் அனைத்தும் இதிலும் சாத்தியம் ஆகும்.

50

II
ஊரகப் பொதுக் கட்டடங்கள்

ஊரகங்களில் மக்களின் தேவைகளுக்காகக் கட்டப்படும் பொதுக் கட்டடங்கள் உரிய திட்டமிடுதல் இன்றி, ஒழுங்கற்ற முறைகளில் கட்டப்படுகின்றன.

அத்தகைய கட்டடங்களுக்கு அரை ஏக்கர் நிலத்தை ஒதுக்கி வைக்க முடியுமானால், அந்த நிலத்தில் ஒரு மூல திட்டத்தைக் (master plan) கொண்டு, பொதுக் கட்டடங்களை சீரான முறையில் உருவாக்க முடியும் என்பதை இந்த திட்டப்படங்கள் காட்டுகின்றன. இதுபோன்ற கட்டடங்களை உள்ளடக்கிய ஒரு வளாகம், பல வசதிகளை ஒரே இடத்தில் பெறக்கூடிய இடமாகவும், அனைத்து வகையான கூட்டங்களும் நடைபெறக்கூடிய இடமாகவும் அமையும்.

இந்த திட்டப்படங்கள் முன்மாதிரி வடிவமைப்புகளாகக் கருதப்பட வேண்டியதில்லை. ஆனால் வெறும் ஆறு கட்டடங்களிலேயே அத்தியாவசியமான நிறைய வசதிகளை வழங்க முடியும் என்பதைக் காட்டுவதற்காக இவை திட்டமிடப்பட்டுள்ளன. இந்த கட்டடங்கள் ஒவ்வொன்றும் சுமார் 9 மீட்டர் x 9 மீட்டர் சதுரம் அளவில் உள்ளன (அல்லது 30 அடி x 30 அடி).

தற்போதைய விலைவாசியில் (மே 1992-இல்), இந்த முழு வளாகத்தையும் சுமார் 10 லட்சம் ரூபாயில் கட்ட முடியும்.

1 ஏக்கர்
3/4 ஏக்கர்
1/2 ஏக்கர்
1
விளையாட்டு
இடம்
அலுவலகம்
மேடை
2
நூலகம்
6
பால்வாடி
கூடல்
வெளி
சுகாதார
மையம்
3
உணவகம்
5
வங்கி
சந்தை
சந்தை
4

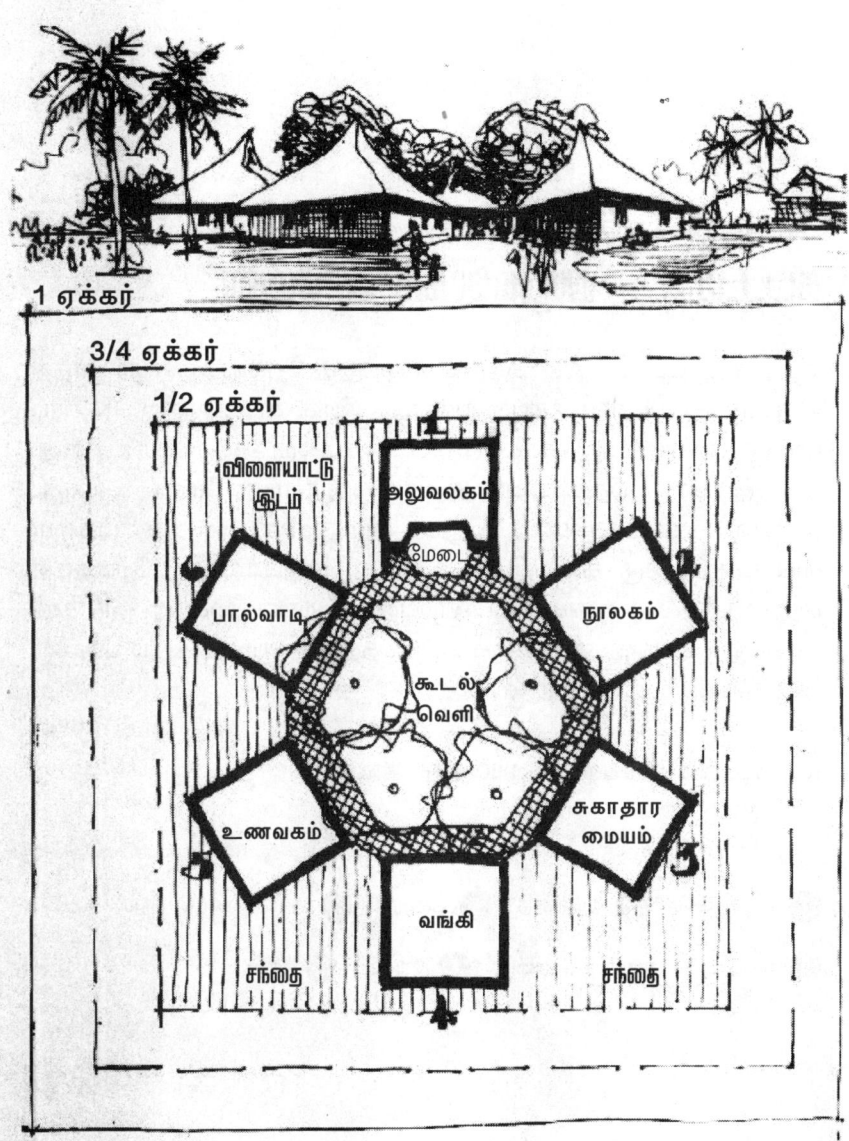

கட்டடம் 1 - அலுவலகம் & மேடை

இந்த கட்டடம் முழு வளாகத்தின் அனைத்து தேவைகளையும் பூர்த்தி செய்யக் கூடியதாய் அமைந்துள்ளது. இந்த கட்டடத்தில், சேகரம் (storage space) மற்றும் கழிப்பறை கொண்ட ஒரு அலுவலகம் உள்ளது. வளாகத்தின் முற்றத்தைப் பார்த்தவாறு ஒரு நிரந்தர மேடை உள்ளது. துப்புரவு பணியாளர்கள் மற்றும் அவர்களின் உபகரணங்களை வைப்பதற்கு ஒரு தனி இடம் உள்ளது. நாற்காலிகள், மேசைகள் மற்றும் பந்தல் கம்பங்கள் போன்றவற்றை வைப்பதற்கான ஒரு தனி சேகரமும் உள்ளது. இவ்வகை கட்டடத்தில் அமைக்கப்படும் பரணை சேகரமாகவும் பயன்படுத்தலாம்.

கட்டடத்தின் பரப்பளவு - 900 சதுர அடி

1 அலுவலகம் 2 கழிவறை 3 சேகரம் 4 அறைகலன் சேகரம்

5 துப்புரவு பணியாளர்கள் அறை 6 மேடை 7 பரண்

குறுக்குவசப் படம்

புறத்தோற்றப் படம்

திட்டப்படம்

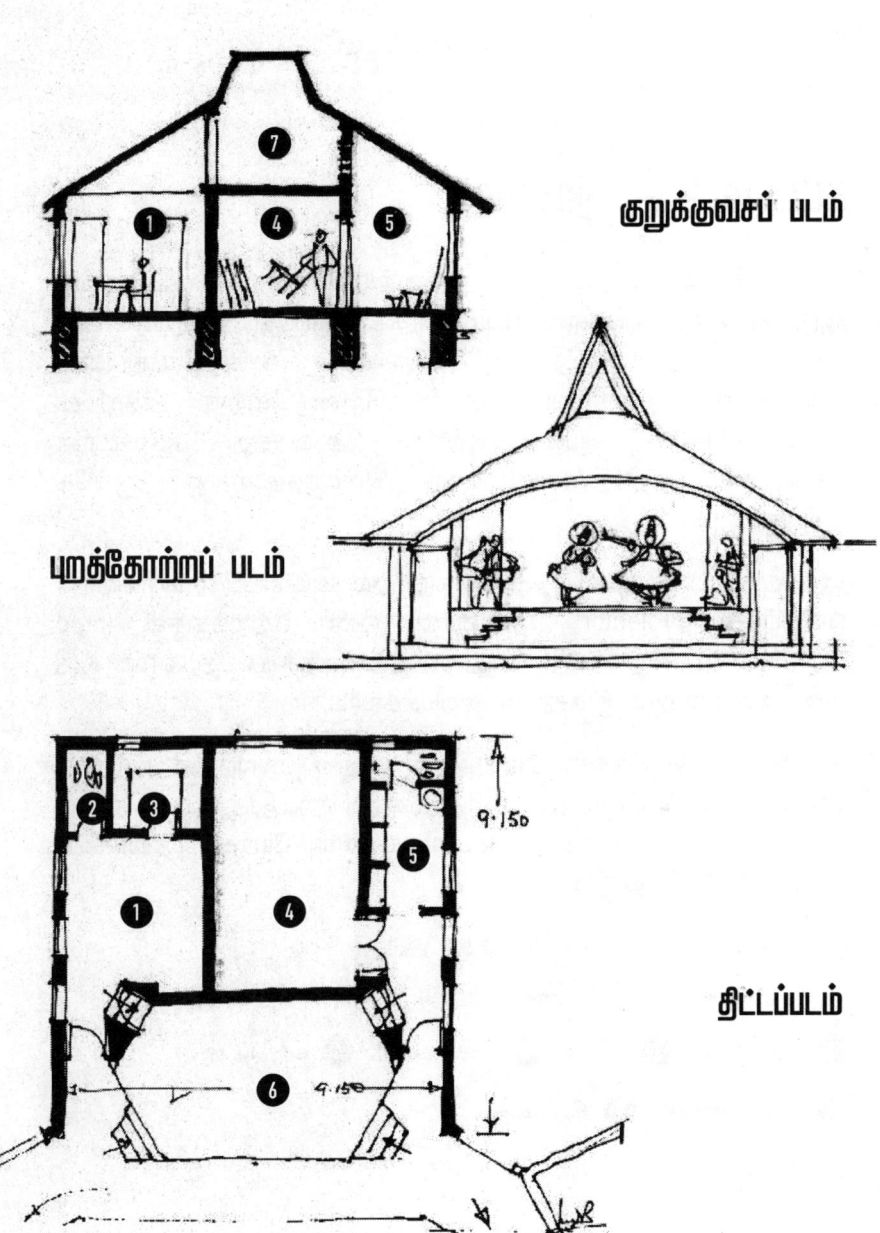

கட்டடம் 2 – நூலகம்

கேரளா போன்ற மாநிலங்களில், நூலகத்துடன் கூடிய வாசிப்பு அறை இருக்கும் வளாகங்கள் ஆடம்பரமாக இருப்பது மட்டுமல்லாமல் பல்வேறு மேம்பாட்டுத் திட்டங்களை ஊக்குவிப்பதற்கான முக்கிய மையங்களாகவும் செயல்பட்டு வருகின்றன. அத்துடன் கிராமவாசிகளின் பயன்பாட்டிற்காக அனைத்து வகையான புத்தகங்கள், பத்திரிக்கைகள் மற்றும் செய்தித்தாள்களும் இங்கே உள்ளன.

இந்தத் திட்டப்படத்தில் இல்லை என்றாலும், ஊடக உபகரணங்களான ஒளிவீழ்த்தி (projector), வானொலி, ஒலிப் பதிவுக்கருவி (tape recorder) போன்றவற்றை பாதுகாத்து வைத்திருப்பதற்கான ஒரு அறையை எளிதாக இத்துடன் அமைக்கலாம்.

சாதனங்கள், கருவிகள், தாவரங்கள் மற்றும் பலவற்றின் வளர்ச்சி மற்றும் மேம்பாடு தொடர்பான விழிப்புணர்வு ஏற்படுத்தும் சுவரொட்டி போன்ற பொருட்களுக்கான சேகரமாகவும் விநியோக மையமாகவும் இது இருக்க வேண்டும்.

கட்டடத்தின் பரப்பளவு - 900 சதுர அடி

1 அலுவலகம் 2 கல்லா 3 புத்தக அறை 4 வாசிப்பு அறை

5 பத்திரிக்கைகள் 6 இருக்கை

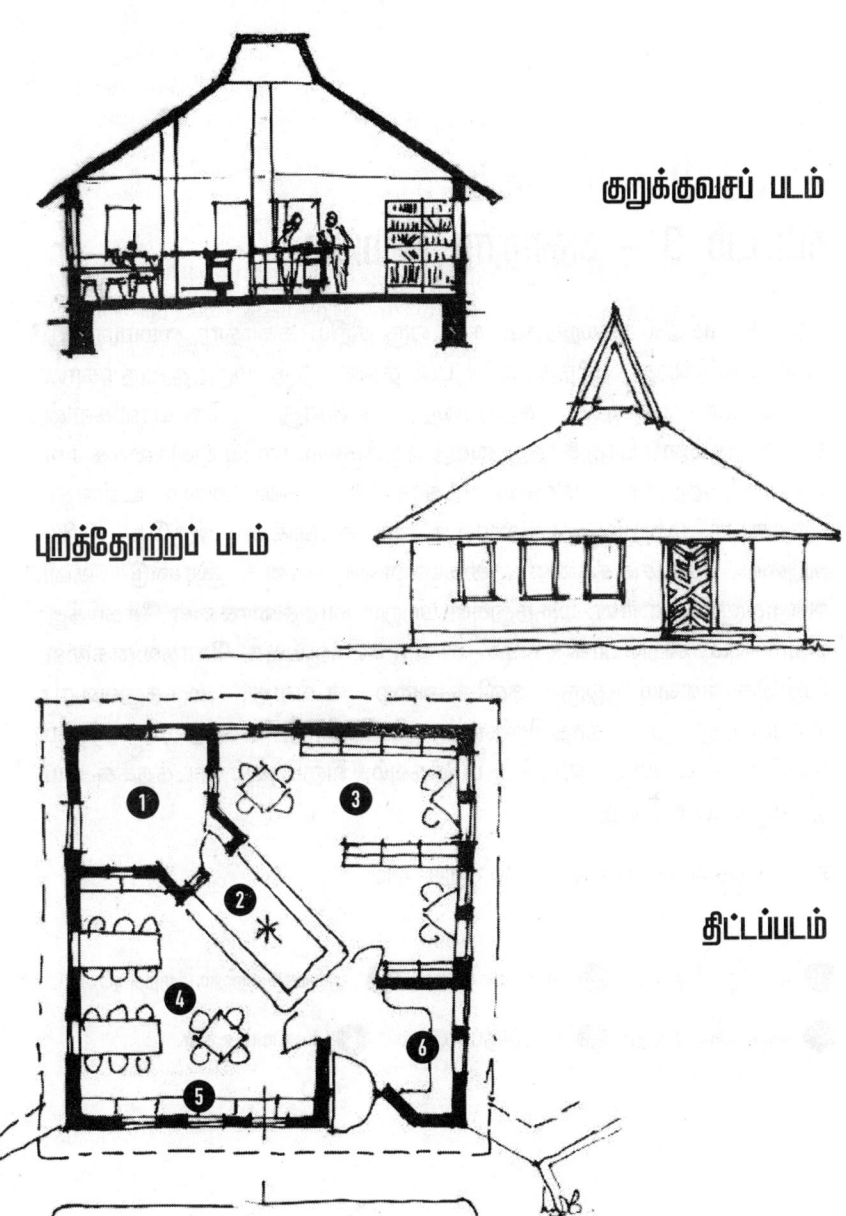

குறுக்குவசப் படம்

புறத்தோற்றப் படம்

திட்டப்படம்

கட்டடம் 3 – சுகாதார மையம்

ஒரு கிராமத்தில் குறைந்தபட்சம், ஒரு சிறிய சுகாதார மையமாவது தேவைப்படுகிறது. இந்த திட்டப்படத்தில் ஒரு மருத்துவருக்கான அறையுடன் கூடிய கழிப்பறை உள்ளது. நோயாளிகளின் ஆவணங்களைப் பாதுகாத்து வைத்திருக்கவும், எளிய சிகிச்சைகளை கையாளுவதற்கும், செவிலியருக்காக ஒரு தனி அறை உள்ளது. மருத்துவர் மற்றும் செவிலியரின் அறைகளுக்கு அருகே சிறிய அறுவை சிகிச்சைகளை கையாளுவதற்கான இரண்டு தனி அறைகளும் உள்ளன. மருந்துகள் மற்றும் மாத்திரைகளை சேகரித்து வைக்கவும், விநியோகிக்கவும், சாதாரண ஆய்வக சோதனைகளை மேற்கொள்ளவும் ஒரு தனி அறை உள்ளது. மருத்துவரைப் பார்ப்பதற்கு முன் காத்திருக்கும் இடமானது, சுகாதாரம் பற்றிய சுவரொட்டிகளைக் காட்சிப் படுத்தவும், வகுப்புகள் நடத்தக்கூடிய இடமாகவும் உள்ளது.

கட்டடத்தின் பரப்பளவு - 900 சதுர அடி

1 மருத்துவர் அறை 2 சிகிச்சை அறை 3 ஆய்வகம் மற்றும் மருந்தகம்

4 செவிலியர் அறை 5 காத்திருப்பு இடம் 6 சுவரொட்டிகள்

குறுக்குவசப் படம்

புறத்தோற்றப் படம்

திட்டப்படம்

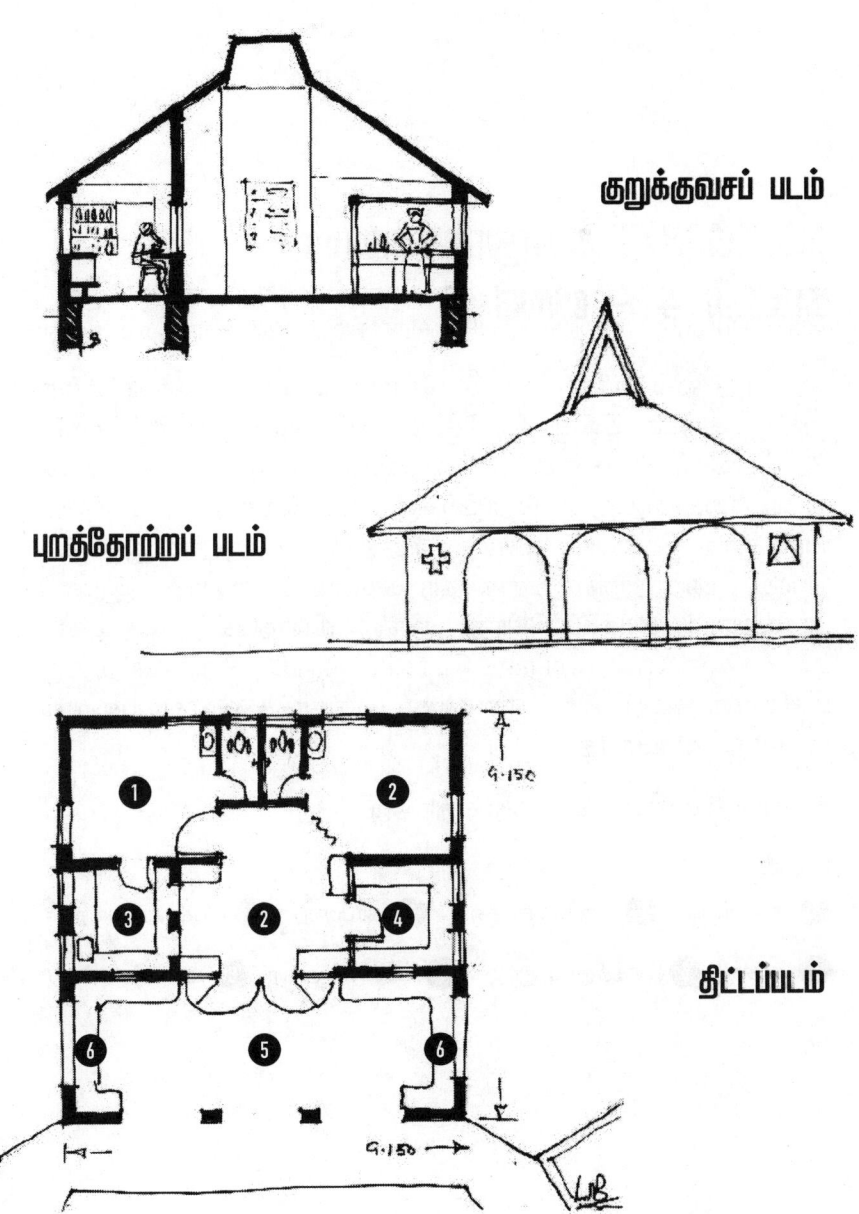

கட்டடம் 4 - வங்கி

தற்போது விவசாயிகள் மற்றும் கிராமவாசிகளின் பயன்பாட்டிற்கு ஒரு சாதாரண வங்கியின் தேவை மட்டுமல்லாமல், வீட்டுவசதி, தோட்டங்கள், குடிசைத் தொழில்கள் மற்றும் பல ஊரக நடவடிக்கைகளுடனும், தொழில்களுடனும் தொடர்புடைய சிறப்பு வங்கிகளின் தேவையும் உள்ளது. இந்த திட்டப்படத்தில் இருக்கும் பெரிய அறை நடுவில் உள்ள ஒரு கல்லாவால் (counter) இரண்டு பாகங்களாக பிரிக்கப்படுகிறது. இங்கு விவாதங்கள், வகுப்புகள், கூட்டங்கள் போன்றவை நடைபெறலாம். ஒரு மேலாளர் அறை, ஒரு பணியாளர் அறை மற்றும் பணத்தைப் பாதுகாக்க ஒரு காப்பறையும் (locker room) உள்ளது.

கட்டடத்தின் பரப்பளவு - 900 சதுர அடி

1 அலுவலகம் 2 பணியாளர் அறை 3 காப்பறை 4 மேலாளர் அறை

5 கல்லா 6 காத்திருப்பு இடம் 7 காசாளர் அறை 8 பரண்

குறுக்குவசப் படம்

புறத்தோற்றப் படம்

திட்டப்படம்

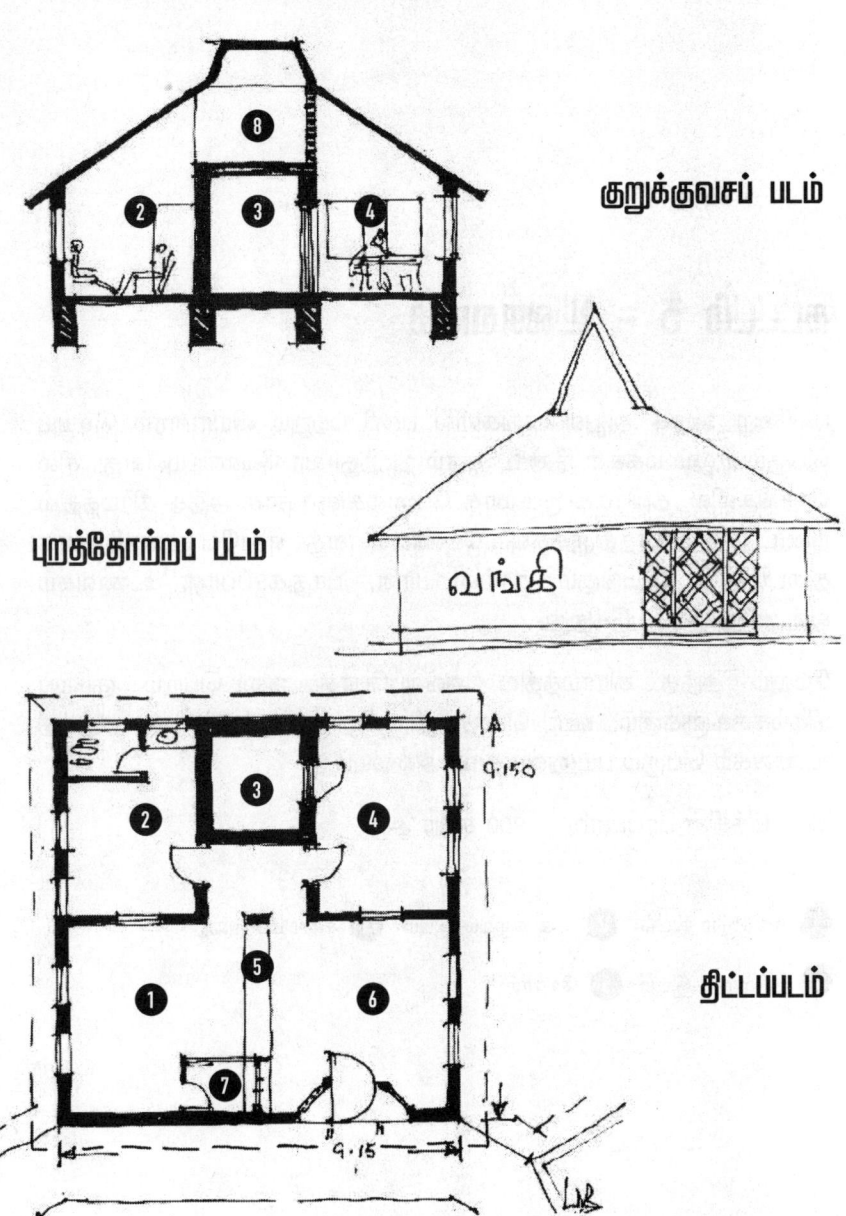

கட்டடம் 5 - உணவகம்

பல்வேறு ஊரக அலுவலகங்களில் பணி மற்றும் வியாபாரம் செய்ய பெரும்பாலும் மக்கள் நீண்ட தூரம் நடந்து வர வேண்டியுள்ளது. சில நேரங்களில், தவிர்க்க முடியாத வேலைகளுக்காக அந்த கிரமத்தில் நீண்ட நேரம் காத்திருக்கவும் வேண்டியுள்ளது. எனவே உணவிற்காக தடையின்றி இயங்கும் தூய்மையான, பாதுகாப்பான உணவகம் ஒன்று தேவைப் படுகிறது.

மேலும் அந்த கிராமத்தில் அவ்வப்போது நடைபெறும் குடும்ப நிகழ்ச்சிகளுக்கும், ஊர் பொது திருவிழாக்களுக்கும் ஒரு சிறந்த உணவகம் பெரும் பயனுள்ளதாய் அமையும்.

கட்டடத்தின் பரப்பளவு - 900 சதுர அடி

1 சாப்பிடும் இடம் 2 கை கழுவும் இடம் 3 சமையல் அறை

4 பரிமாறும் இடம் 5 சேகரம்

குறுக்குவசப் படம்

புறத்தோற்றப் படம்

திட்டப்படம்

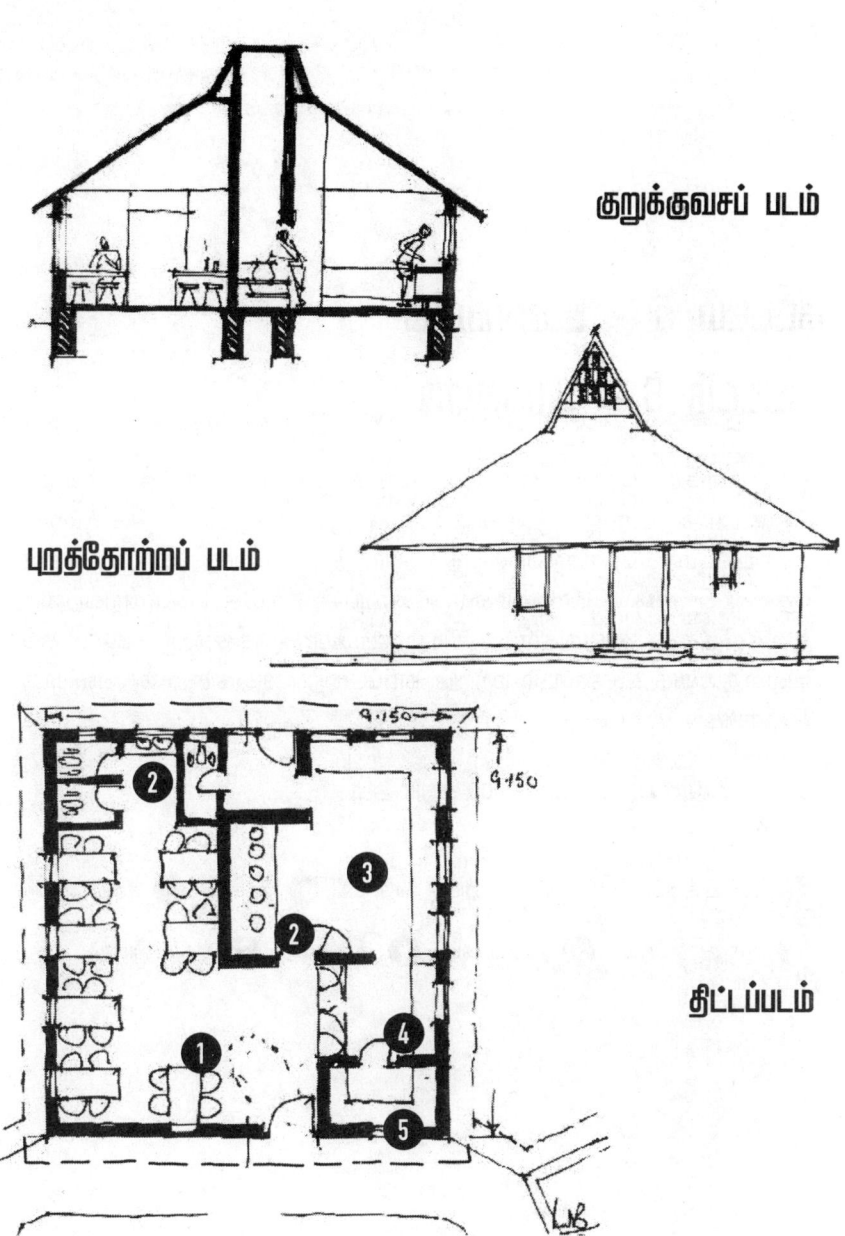

கட்டடம் 6 - பால்வாடி

தற்போதைய சூழலில் பால்வாடி என்பது ஒரு கிராமத்தின் முக்கியத் தேவையாக உள்ளது. ஒரு வகுப்புக் கூடத்தைத் தவிர, மதிய உணவு மற்றும் பால் போன்றவற்றைத் தயாரித்து பரிமாறவும், இடங்கள் தேவை. பாய்கள், பொம்மைகள், உணவுப்பொருட்கள் போன்றவற்றை வைத்திருக்க சேகரங்கள் அவசியம். ஊழியர்களுக்கு ஒரு அலுவலகம் உள்ளது. கை கழுவுமிடம் மற்றும் கழிப்பறை வசதிகளும் தேவையாக உள்ளன.

கட்டடத்தின் பரப்பளவு - 900 சதுர அடி

❶ வகுப்புக் கூடம் (விளையாட, உறங்க, சாப்பிட) ❷ சேகரம் ❸ சமையலறை
❹ கை கழுவுமிடம் ❺ அலுவலகம் ❻ கழிப்பறை ❼ முகப்பு அறை

குறுக்குவசப் படம்

புறத்தோற்றப் படம்

திட்டப்படம்

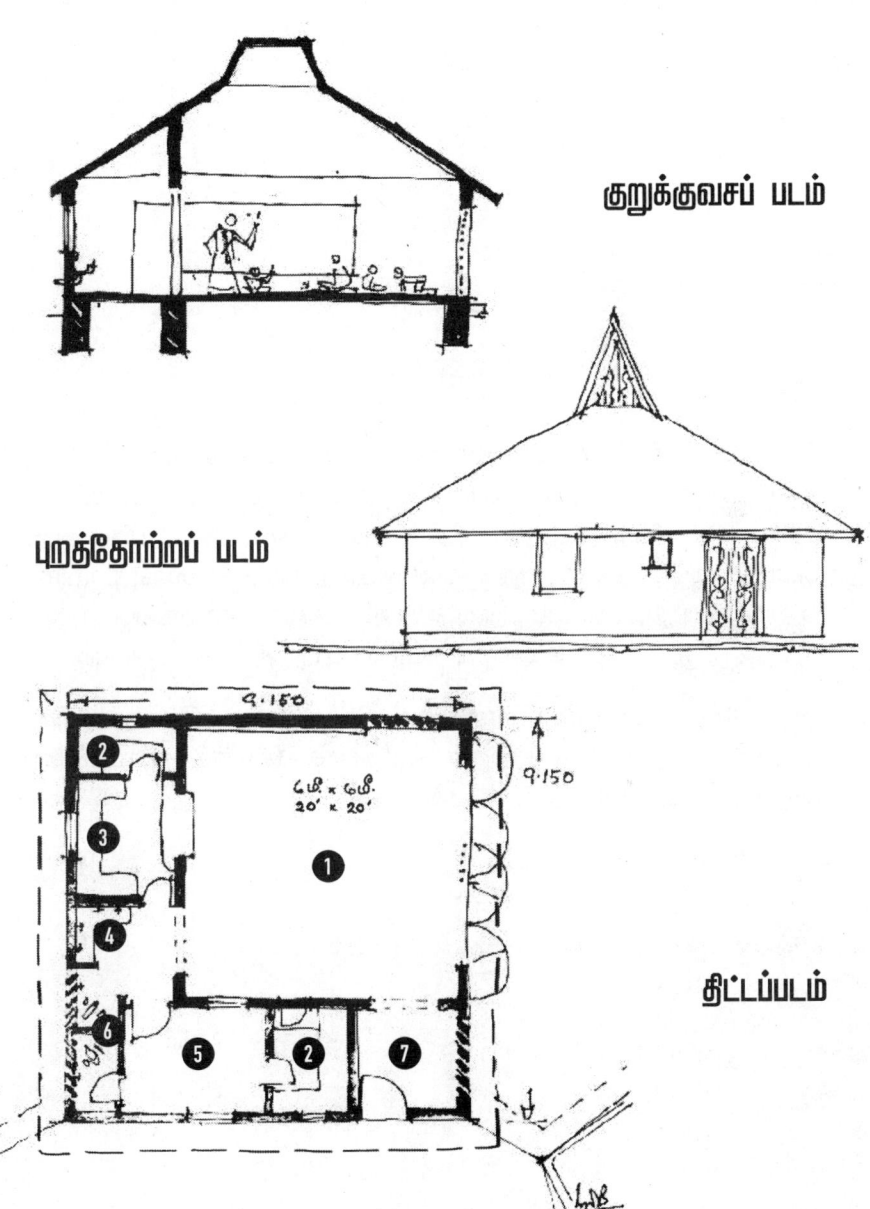

மேற்கண்ட பல்வேறு கட்டடங்களை பலவகையான மனையிட திட்ட அமைப்புகளில் (site plan) வரிசை படுத்தலாம். முந்தைய பக்கத்தில் கண்ட முதல் மனையிடத் திட்டத்தில், அரை ஏக்கர் நிலப்பரப்பில் ஆறு பொதுக் கட்டடங்கள், அறுகோண வடிவத்தில் (hexagonal pattern) அமையும்படி திட்டமிடப்பட்டுள்ளன. அதே அரை ஏக்கர் நிலப்பரப்பில் எட்டு பொதுக் கட்டடங்களைக் கட்டும் படியும் திட்டமிட முடியும்.

ஒரு சிறிய தொடக்கப்பள்ளிக்கும், கட்டுமானப் பொருட்களின் விற்பனை மற்றும் சேமிப்பிற்கும் கூடுதலாக இரண்டு கட்டடங்கள் பரிந்துரைக்கப்படுகின்றன.

1/2 ஏக்கர்
மனை

1/2 ஏக்கர்
மனை

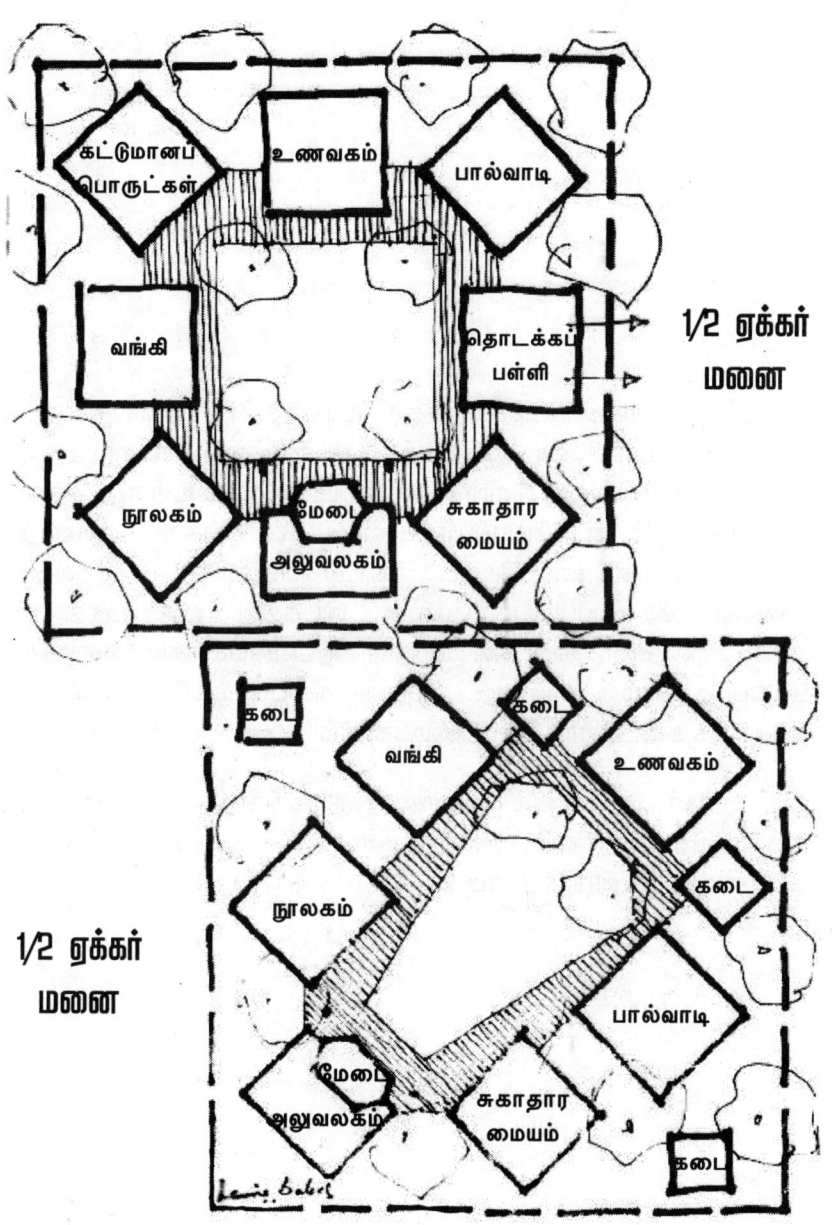

இதேபோல், மனையிடங்கள் சதுர வடிவத்திலோ அல்லது ஒரு ஏக்கர் நிலப்பரப்பிலோ இருக்கத் தேவையில்லை. சுமார் அரை ஏக்கர் பரப்பளவில் ஒரு நீளமான மனையிடம் இங்கே உள்ளது. அதன் ஒரு பக்கத்தில் மட்டுமே பெரும்பாலான கட்டடங்கள் உள்ளவாறு திட்டமிடப்பட்டுள்ளன. மேடை, கூடல்வெளியைப் பார்த்தவாறு உள்ளது. தேவைப்பட்டால் மனை இடத்தின் ஒரு பகுதியை சிறிய சந்தைகள், கடைகள் மற்றும் விற்பனையகங்கள் அமைக்க பயன்படுத்தலாம். அவற்றை நிரந்தர கடைகளாகவோ அல்லது தற்காலிக கடைகளாகவோ அமைக்கலாம்.

ஒரு ஏக்கர் பரப்பளவில் மூன்றில் ஒரு பங்கிற்கு மேல் உள்ள, எல்லா விதமான நிலப்பரப்பையும் ஊரகப் பொதுக் கட்டடங்களை கட்டமைக்க பயன்படுத்தலாம்.

1/2 ஏக்கர் மனை

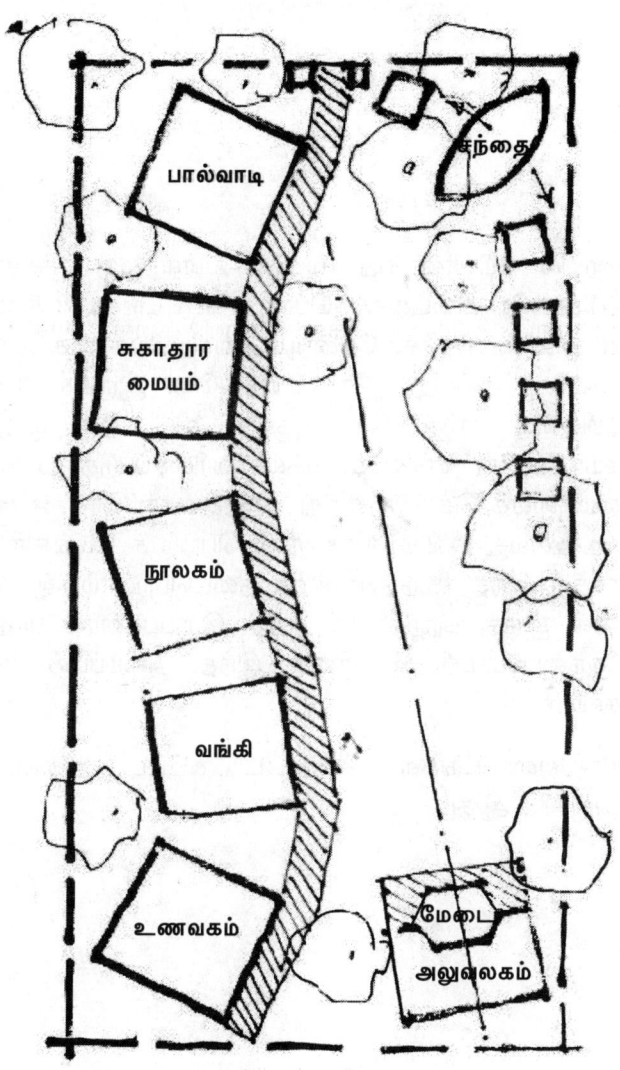

நடைமுறையில், சரியான சதுர வடிவம் உள்ள ஒரு ஏக்கர் நிலம் மிகவும் அரிதாகவே கிடைக்கும். பொதுக் கட்டடங்களை சமச்சீராக (symmetrical) வரிசைப்படுத்த வேண்டிய அவசியமில்லை. கட்டடங்கள் ஒரே அளவிலோ அல்லது ஒரே வடிவத்திலோ இருக்க வேண்டிய அவசியமுமில்லை. மற்ற அமைப்புகளை விட, ஒரு முற்றத்தை முதன்மையாகக் கொண்டு கட்டடங்களை வரிசைப்படுத்தும் அமைப்பு, பல நன்மைகளைக் கொண்டுள்ளது. எடுத்துக்காட்டாக, ஆண்டுக்கு ஒரு முறை அல்லது அவ்வப்போது நடைபெறும் கூட்டங்கள் மற்றும் திருவிழாக்கள் இந்த திறந்தவெளியில் நடைபெறலாம். ஆனால் பல கட்டடங்கள் இந்த முற்றத்தைச் சுற்றி இருப்பதனால் பாதுகாப்பு மற்றும் ஒருமைப்பாட்டு உணர்வை இந்த அமைப்பில் எளிதாக ஏற்படுத்தலாம்.

இங்குள்ள வரைபடங்கள் வேறுபட்ட கட்டட அமைப்புகளை காண்பிப்பதற்கே ஆகும்.

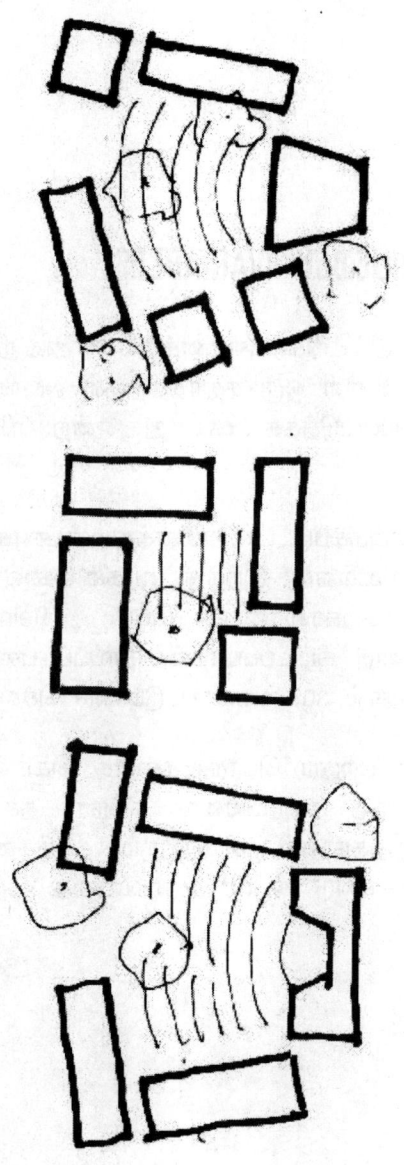

மாறக் கூடியவை (VARIABLES)

காட்டப்பட்டுள்ள திட்டங்கள் அனைத்தும் 30 அடி நீளமும், அகலமும் (900 சதுர அடி) உள்ள ஒரு சதுரத்திற்குள் அடங்குகின்றன. மற்ற வடிவங்களை பயன்படுத்தக் கூடாது என்ற நிபந்தனை ஏதும் இல்லை.

இதுவரை காண்பிக்கப்பட்ட அனைத்து கூரைகளுமே, கூம்பக (pyramid) வடிவில் உள்ளன. இந்த கூரைகள் அனைத்தும் சாதாரண, வலுவூட்டப்பட்ட கற்காரையைக் (RCC - Reinforced Cement Concrete) கொண்டு கட்டப்படாமல், நிரப்புப் பலகங்களால் (filler slab) கட்டப்படுவதால், 30% வரை கட்டுமானச் செலவு குறைகிறது.

மற்ற வடிவங்கள் மற்றும் பொருட்களைக் கொண்டு கூரைகளை அமைப்பதிலும் எந்த தவறுமில்லை. கல்நார் தகடுகள் (asbestos sheets) மற்றும் துத்தநாகம் பூசிய இரும்பு தகடுகளைக் (galvanised iron sheets) கொண்டு கூரை அமைப்பதை முற்றிலும் தவிர்க்க வேண்டும்.

கூடுதல் கட்டடங்கள்

முந்தைய திட்டப்படங்களில் காட்டப்பட்டுள்ளபடி அனைத்து சமூகங்களுக்கும், 6 கட்டடங்களைக் கொண்ட வளாகம் தேவையில்லை.

இதுபோன்ற இரண்டு அல்லது மூன்று கட்டடங்கள் ஏற்கனவே இருக்கக்கூடும். இந்த கட்டடங்கள் ஒரே கிராமத்தின் தேவையாக மட்டுமல்லாமல், சுற்றியுள்ள பல கிராமங்களின் கூட்டுத் தேவையாகவும் இருக்கலாம். இந்த கட்டடங்களை ஒரே வளாகத்தில் அமைப்பதா அல்லது பல இடங்களில் பிரித்து தனித்தனியே அமைப்பதா என்பதை சூழ்நிலைக்கு ஏற்றவாறு முடிவு செய்யலாம்.

அடுத்து வரும் பகுதியானது, சில கூடுதல் கட்டடங்களைக் காட்டுகிறது. அவை ஒரு கிராமத்துக்கு தேவைப்படலாம். மற்றொரு கிராமத்துக்கு தேவையற்றதாக இருக்கலாம். அல்லது ஏற்கனவே காண்பிக்கப்பட்டுள்ள வளாகங்களில் உள்ள சில கட்டடங்களுக்கு மாற்றாகவோ அல்லது கூடுதலாகவோ பின்வரும் கட்டடங்களைச் சேர்க்கலாம்.

மகப்பேறு மையம் (MATERNITY BLOCK)

பெரும்பாலான ஊரகப் பெண்கள் தற்போதும் தங்கள் குழந்தைகளை வீட்டிலேயே பெற்றெடுக்கிறார்கள். இது ஒரு சுகப்பிரசவமாக இருக்கப் போவதில்லை என்றும், அவர்களுக்கு உதவி தேவை என்றும் பெரும்பாலும் அவர்கள் தாமதமாகவே உணர்வதால், அதற்கான நடவடிக்கைகளும் தாமதமாகின்றன. வழக்கமாக திறந்திருக்கும் சுகாதார மையம் 24 மணி நேரமும் செயல்படாமல் இருக்கலாம். எனவே 24 மணி நேரமும் இயங்கும், ஒரு செவிலியர் அல்லது அனுபவம் வாய்ந்த மருத்துவச்சி உடைய ஒரு மையம் இருந்தால், அது மக்களுக்கு பெரிய வரமாக அமையும். இது போன்ற வசதிகளுடைய ஒரு சிறிய மகப்பேறு மையம் பல கிராமங்களுக்கு பயனுள்ளதாக அமையும்.

① மருத்துவர் அறை ② பரிசோதனை அறை ③ காத்திருப்பு இடம்
④ தொட்டில்கள் ⑤ பிரசவத்திற்குப் பின் தங்குமிடம் ⑥ பிரசவ அறை
⑦ பிரசவத்திற்கு முன் தங்குமிடம் ⑧ கழிப்பறை ⑨ கழுவும் இடம்
⑩ செவிலியர் இடம் ⑪ மருத்துவச்சி அறை

G·150
8
7
9
10
திரைச்சீலை
6
11
5
8
4
8
1
2
3
G·150

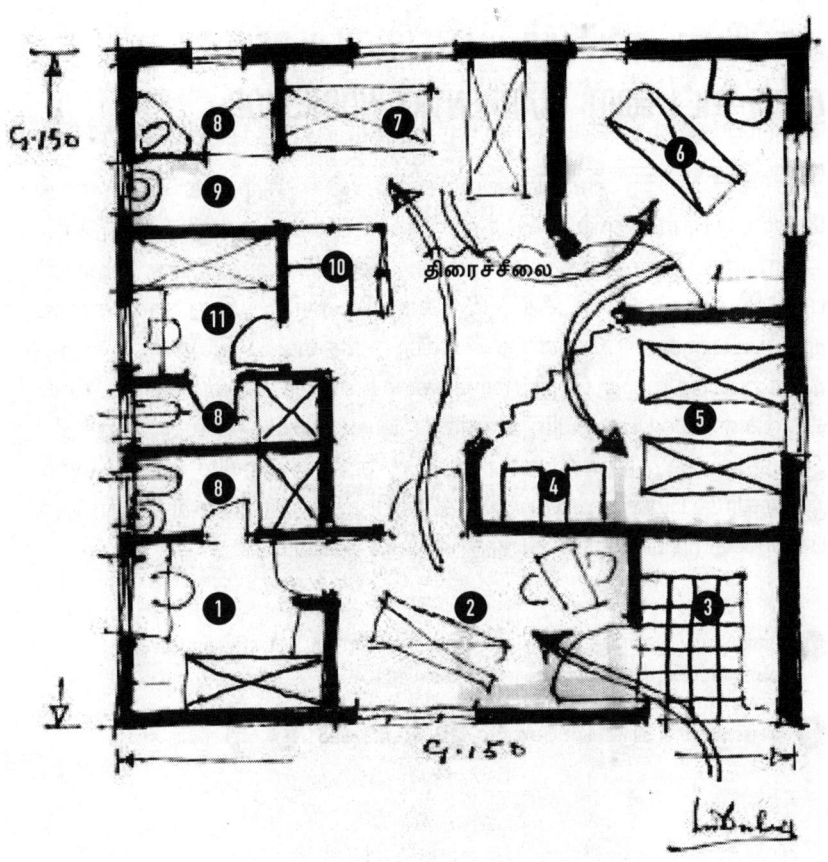

தச்சு பட்டறை (CARPENTRY WORKSHOP)

தச்சர்களும், பிற கைவினைஞர்களும், ஒரு குழுவாக இணைந்து வேலை பார்ப்பதால், பொது கொட்டகை ஒன்று இருந்தால் அவர்களால் சிறப்பாகச் செயல்பட முடியும். இது ஒரு பொதுப் பணியிடத்தை உள்ளடக்கி இருக்க வேண்டும். இது சுவர்களால் மூடப்பட்டிருக்க வேண்டும் என்ற தேவை இல்லை. இந்த திட்டப்படத்தில் ஒரு பெரிய மர சேகரம் உள்ளது. அலுவலகத்துடனான கருவிகள் வைப்பறையும் உள்ளது. இழைக்கும் அல்லது அறுக்கும் இயந்திரம் இருந்தால் அதனை ஒரு தனி அறையில் வைக்கலாம். இயந்திரம் பயன்பாட்டில் இருக்கும்போது, அந்த அறையின் ஒரு பக்கத்தை முழுமையாக திறந்து வைக்க முடியும்.

1 பணியிடம் (இது ஒரு திறந்த தாழ்வாரமாகவோ, மூடப்பட்ட அல்லது திரையிடப்பட்ட இடமாகவோ இருக்கலாம்)

2 அலுவலகம் & கருவிகள் சேகரம் 3 மர சேகரம் 4 இயந்திர அறை

3
2
1
4

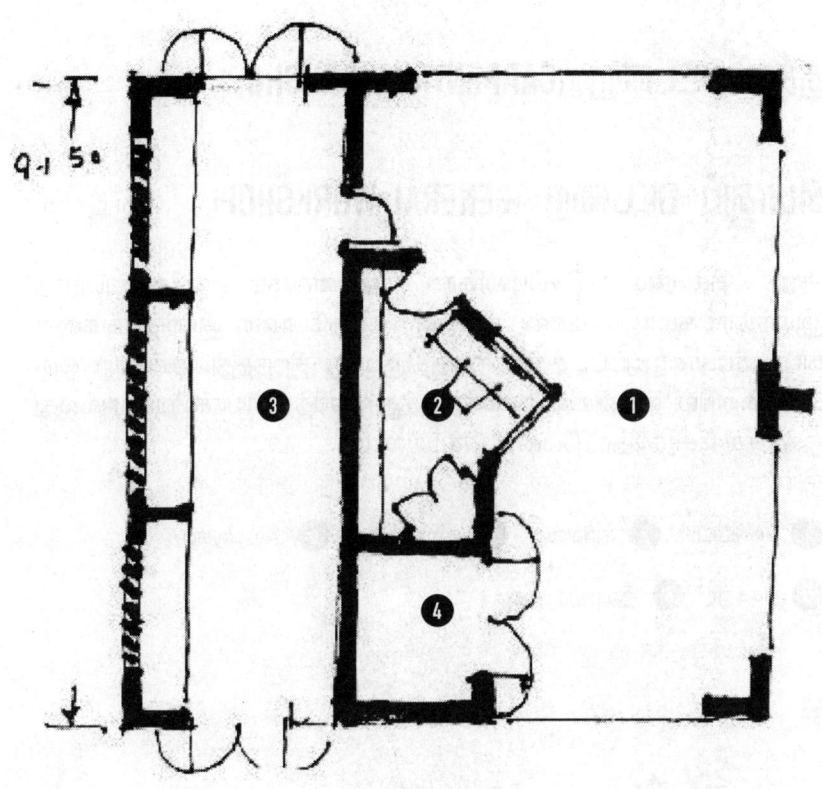

பொதுப் பட்டறை (GENERAL WORKSHOP)

சிறு தொழில் செய்பவர்கள் அனைவரும், விலையுயர்ந்த இயந்திரங்களால் பயனடைகின்றனர். இதுபோன்ற இயந்திரங்களை பாதுகாப்பான கட்டடத்தில் வைத்திருப்பது சிறந்தது. அவ்வாறு ஒரு பட்டறையில் கைவினைஞர்கள், வந்து தனித்தனியாகவோ அல்லது ஒன்றாக சேர்ந்தோ, வேலை செய்யலாம்.

1 பணியிடம் 2 கழிவறை 3 குளியலறை 4 அலுவலகம்

5 சேகரம் 6 இயந்திர அறை

9.150
1
2
3
4
5
6

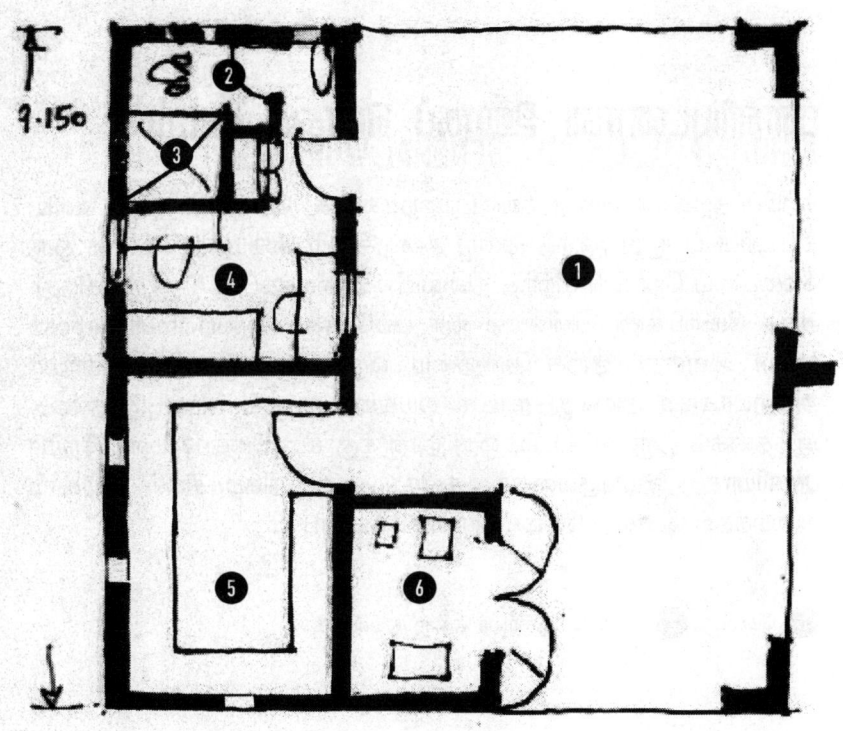

பள்ளியுடனான ஊரகப் பொதுக் கூடம்

கற்பிப்பதற்கான மூன்று வகுப்பறைகளைக் கொண்ட ஒரு எளிய திட்டப்படம் இது. இந்த மூன்று அறைகளும், மையத்தில் உள்ள ஒரு மேடையை நோக்கி திறந்த நிலையில் அமைக்கப்பட்டு இருக்கிறது. அந்த மேடைக்குப் பின்னால் ஒரு பல்நோக்கு அறை (multipurpose room) உள்ளது. அந்த அறையை ஒரு சேகரமாகவும், ஆசிரியர் அறையாகவும் அல்லது நாடக ஓய்வறையாகவும் பயன்படுத்தலாம். இத்தகைய ஒரு கட்டடம், ஒரு நாளுக்கு 6 அல்லது 7 மணி நேரம் பள்ளியாக இயங்குவதைத் தவிர அரசு நிகழ்ச்சிகள், முகாம் அமைத்தல் போன்ற தேவைகளுக்கும் பயன்படும்.

❶ மேடை **❷** சேகரம் /ஆசிரியர் அறை /ஓய்வறை

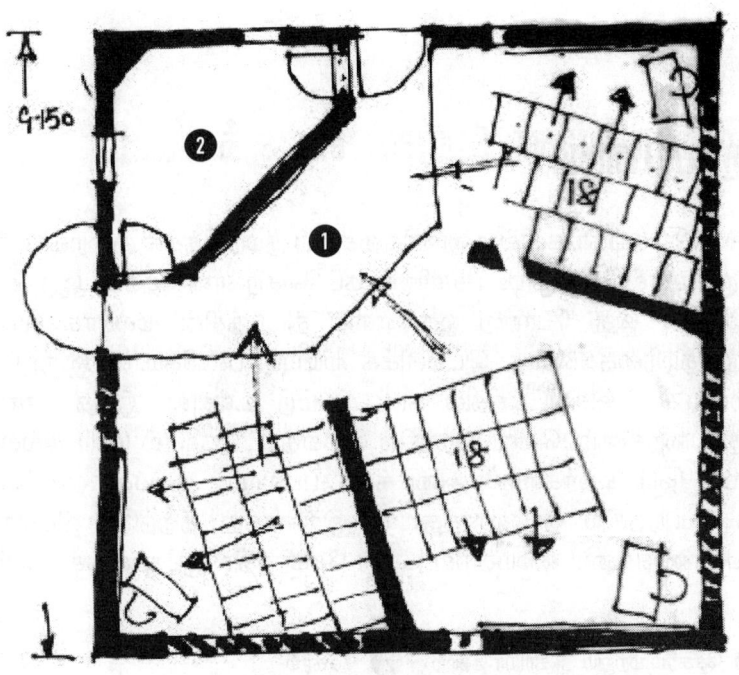

3 வகுப்பறைகள் (ஒன்றில் 18 மாணவர்கள்)

சிறிய பள்ளி

சில சிறிய சமூகங்களில் எண்ணிக்கையில் குழந்தைகள் குறைவாகவே இருப்பதால், ஒரு முழுப் பள்ளியை கட்டுவதற்கான தேவை இருப்பது இல்லை. இது போன்ற ஒரு எளிய திட்டத்தின் மூலமாக சுமார் நூறு குழந்தைகளுக்கு இடமளிக்க முடியும். பலவிதமான இருக்கை ஏற்பாடுகள் இத்திட்டத்தில் காட்டப்பட்டு உள்ளன. இந்த நான்கு வகுப்பறைகளும், வெளிப்புறத்தில் வளைத்தட்டிகளால் (grill) அல்லது ஜாலி (jali) சுவர்களால் அடைக்கப் படலாம். அல்லது, அவற்றை வெளிப்புறத்தில் தாழ்வாரத்துடன் இணைத்து திறந்தே விடலாம். உபகரணங்களை மையத்தில் உள்ள சேகரத்தில் பூட்டி வைக்கலாம்.

1 சேகரம் மற்றும் ஆசிரியர் அறை 2 சேகரம்

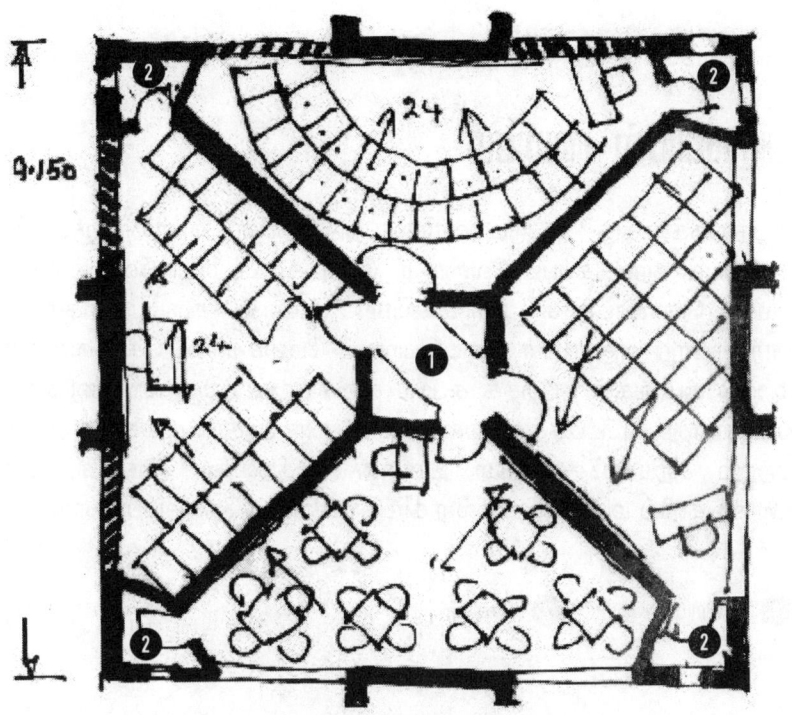

100 மாணவர்களுக்கான பள்ளி

அறிவியல் மையம்

குழந்தைகளுக்கு மட்டுமல்லாமல் அவர்களின் பெற்றோருக்கும், அறிவியல் கற்பிக்கப்பட வேண்டும். இந்த கட்டடம் பல்வேறு வகைப் பயன் கொண்டதாக இருக்கலாம். ஆனால் கரும்பலகையைப் பார்த்தவாறு வகுப்புகள் நடைபெறவும், மேசைகளில் சோதனைகள் மற்றும் ஆய்வுகள் நடத்தக் கூடிய வகையிலும், இது வடிவமைக்கப் பட்டுள்ளது. கட்டடத்தின் மூலைகளில், ஒரு ஆசிரியருக்கான அறை மற்றும் சிறிய சேகரங்கள் உள்ளன. இத்தகைய ஒரு கட்டடம் ஊரகங்களில் மட்டுமல்லாமல் நகர்புறங்களிலும் தேவைப்படலாம்.

1. ஆசிரியர் அறை   2. சேகரம்

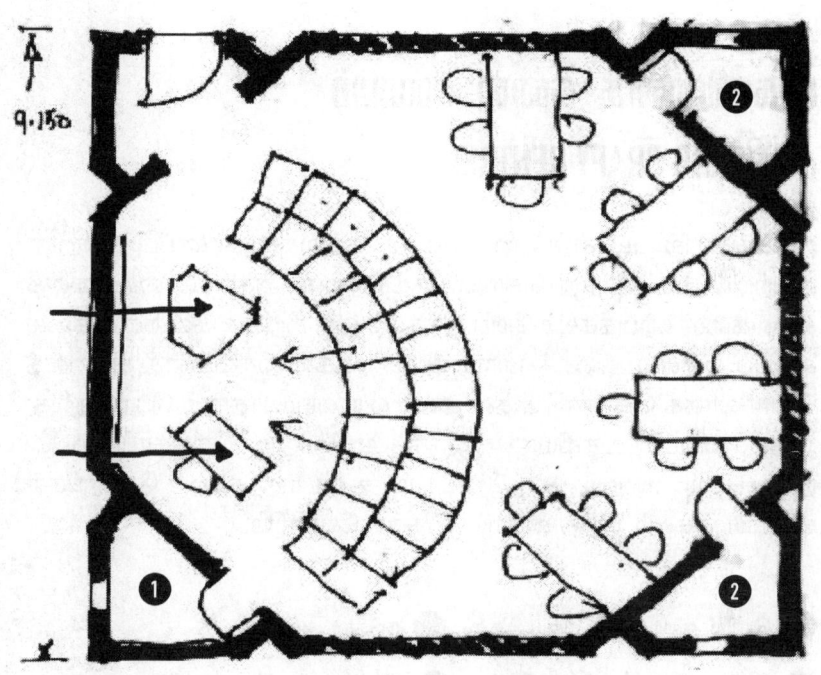

அறிவியல் ஆய்வகம் மற்றும் வகுப்பறை (24 நபர்கள்)

கைவினைக் கலை மையம்
(ARTS AND CRAFT CENTRE)

ஊரகங்களில் பல சிறிய கைவினைக் கலைகள் காணப்படுகின்றன. அவற்றில் பல அழிந்து கொண்டிருக்கின்றன. அதனால் கைவினைக் கலைகளை கற்பிக்கவும் மேம்படுத்தவும் ஒரு சிறிய கைவினைக் கலை மையம் ஒன்றை அமைக்கலாம். ஊரக மக்கள் கைவினைத் திறனைத் தொழிலாகக் கொண்டு அதன் மூலம் ஒரு வாழ்வாதாரம் பெறுவதற்கு, இந்த மையம் உதவியாக இருக்கும். மேலும், பாதுகாப்பாகவும், நல்ல ஒளி மற்றும் காற்றோட்டம் உடையதாகவும், சேகரங்கள் உடையதாகவும் இந்த மையம் இருக்க வேண்டும்.

1 பெரிய அறை 2 சிறிய அறை 3 நடுத்தர அறை

4 சேகரம் மற்றும் ஆசிரியர் அறை 5 அலமாரி

G.150
1
2
3
4
5
5
5

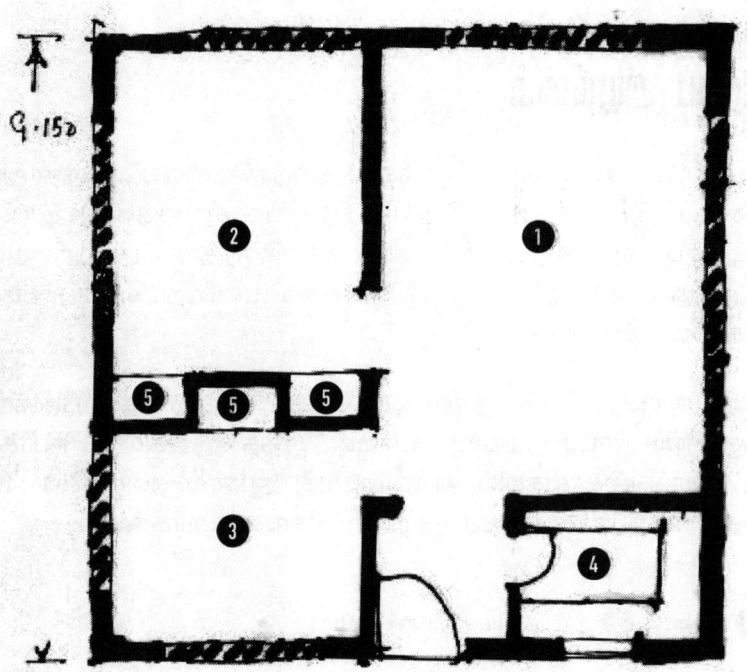

சிறிய அரங்கம்

பெரும்பாலான கிராம விழாக்கள் திறந்தவெளியில் நடந்தாலும், மழை, பனி, தூசி, புயல் போன்ற இயற்கை சீற்றங்களைத் தாக்கு பிடிக்கும் ஒரு சிறிய உள் அரங்கம் இருந்தால் பயனுள்ளதாக இருக்கும். அப்படிப்பட்ட ஒரு அரங்கம் பல்வேறு வகைப் பயன் கொண்டு இருக்கலாம்.

இந்த எளிய திட்டப்படத்தில் ஒரு மேடை மற்றும் அதன் பின்னால் ஒரு சிறிய நாடக ஓய்வறை உள்ளன. இந்த அரங்கில் 65 நபர்கள் மட்டுமே நாற்காலிகளில் அமர முடியும்; ஆனால் தரையிலோ 100 முதல் 120 பேர் வரை அமர்ந்து நிகழ்ச்சிகளைப் பார்க்கலாம்.

❶ மேடை ❷ நாடக ஓய்வறை (Green room)

9.250
65
இருக்கைகள்
1 2 3
1
2
உள்ளே

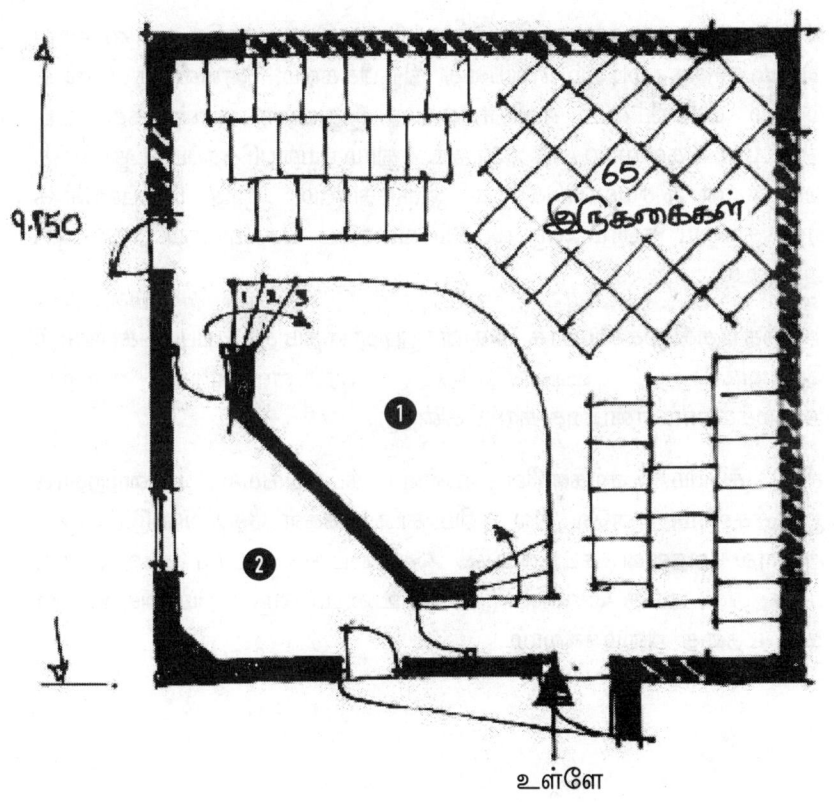

ஒரு பொதுவான வடிவத்திற்குள் பல்வேறு செயல்பாடுகளை எவ்வாறு செயல்படுத்த முடியும் என்பதை நிரூபிக்கவும், ஓரளவிற்கு செலவு மற்றும் மதிப்பீட்டை எளிதாக்கவும், இதுவரை காண்பிக்கப்பட்ட திட்டப்படங்களில் 30 அடி x 30 அடி சதுரம் பயன்படுத்தப்பட்டது. எந்த வகையான செயல்பாடுகளாக இருந்தாலும், இந்த பரப்பளவிற்கு ஏறக்குறைய ரூபாய் ஒரு லட்சம் வரையே செலவாகும் (1992-ஆம் ஆண்டில்).

அடுத்த பகுதி முக்கியமாக, அனைத்து முந்தைய திட்டப்படங்களையும் தேவைக்கேற்ற வடிவங்களிலும், பரப்பளவுகளிலும் மாற்றி அமைக்கலாம் என்பதை காட்டுகின்றது.

சில சமயம், ஏற்கனவே உள்ள கட்டடங்கள் பயனற்றதாக இருக்கலாம். எனவே சில புதிய கட்டடங்கள் தேவைப்படுகின்றன. ஆனால் அதனை கட்டமைக்க ஒரு லட்சம் ரூபாய் கிடைக்காத பட்சத்தில், அதே செயல்பாடுகளை உடைய ஒரு சிறிய அளவிலான கட்டடத்தை அமைக்கலாம்.

சிறிய கட்டடங்களிலும், தேவையான அத்தியாவசியங்களை வழங்க முடியும் என்பதை, பின்வரும் திட்டப்படங்கள் காட்டுகின்றன.

முதல் திட்டப்படம், 30 அடி x 30 அடி சதுர இடத்தை 18 அடி x 18 அடி சதுர இடமாகக் குறைப்பதைக் காட்டுகிறது. இந்த கட்டடத்தின் பரப்பளவு இப்பொழுது 900 சதுர அடியில் இருந்து 324 சதுர அடியாக குறைகிறது. ஆனால் அத்தியாவசிய தேவைகள் இன்னும் இருக்கின்றன.

இதற்கு அடுத்து வரும் திட்டப்படம், சதுர வடிவில் அமைந்தால் மட்டுமே சிறந்தது அல்ல என்பதையும், செவ்வக (rectangle) வடிவ திட்டங்களும் ஏற்புடையவை என்பதையும் காட்டுகிறது.

சிறிய சுகாதார மையம்

இந்த திட்டப்படம், சுகாதார மையத்தின் (கட்டடம் 3) சிறிதாக்கிய ஒரு வடிவமைப்பாகும். முன்பே காட்டப்பட்ட கட்டடம் 3-இன் அளவுகள் 30 அடி x 30 அடி ஆகவும், பரப்பளவு 900 சதுர அடி ஆகவும் இருந்தது. ஆனால், இங்குள்ள சுகாதார மையத்தின் அளவுகள் 18 அடி x 18 அடி ஆகவும், பரப்பளவு 324 சதுர அடி ஆகவும் இருக்கிறது. இரண்டு திட்டங்களிலும் அடிப்படைத் தேவைகளான காத்திருப்பு பகுதி, மருத்துவர் அறை, செவிலியர் அறை, அவர்களின் வேலைப் பகுதிகள், ஆய்வகம், மருந்தகம், கழிப்பறை, ஒரு சிகிச்சை அறை மற்றும் ஒரு சேகரம் ஆகியவை உள்ளன.

கட்டடம் 3-க்கு ஒரு லட்சம் ரூபாய் வரை செலவாகலாம் (1992-ஆம் ஆண்டு). அதுவே, இந்த சிறிய கட்டடத்துக்கு நாற்பதாயிரம் ரூபாய் மட்டுமே செலவாகும். ஆனால் இவை இரண்டிற்கும் நடுவே நிச்சயம் சில வேறுபாடுகள் உள்ளன. பெரிய திட்டப்படத்தில் காத்திருப்பு பகுதி மிகுதியாக இருப்பதால் கற்பித்தலுக்கும் அதைப் பயன்படுத்தலாம். ஒரு கூடுதல் கழிப்பறையும், பெரிய அறைகளும் உள்ளன.

சமூகத்தின் தேவைகளுக்கு ஏற்ப, கட்டடத்தின் அளவு தேர்வு செய்யப்பட வேண்டும். நிதி மற்றும் ஊழியர்கள் கிடைக்கும் தன்மை, மருத்துவர்கள் அல்லது செவிலியர்கள் அருகில் வசிக்கிறார்களா, வாரத்திற்கு ஓரிரு முறை மட்டுமே வருகை தருவார்களா என்பதை எல்லாம் கட்டமைப்பிற்கான இடத்தை தேர்வு செய்யும் முன் அறிந்திருக்க வேண்டும்.

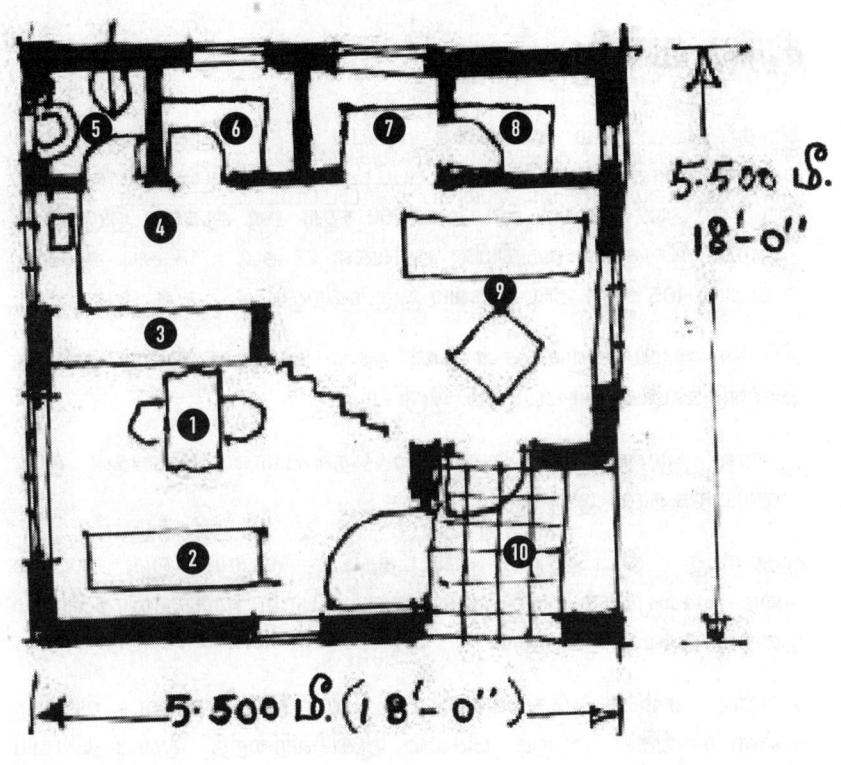

❶ மருத்துவர் இடம் ❷ பரிசோதனை இடம் ❸ வேலை பகுதி
❹ செவிலியர் அறை ❺ கழிப்பறை ❻ ஆய்வகம் ❼ மருந்தகம்
❽ சேகரம் ❾ சிகிச்சை அறை ❿ காத்திருப்பு இடம்

சிறிய வங்கி

இந்த திட்டப்படம் வங்கியின் (கட்டடம் 4) சிறிதாக்கிய ஒரு வடிவமைப்பாகும். முன்பே காட்டப்பட்ட கட்டடம் 4-இன் அளவுகள் 30 அடி x 30 அடி ஆகவும், பரப்பளவு 900 சதுர அடி ஆகவும் இருந்தது. ஆனால், இங்குள்ள வங்கியின் அளவுகள் 27 அடி x 15 அடி ஆகவும், பரப்பளவு 405 சதுர அடி ஆகவும் இருக்கிறது.

இங்கே ஊழியர்களுக்கென தனி அறை இல்லை. ஒன்று அல்லது இரண்டு ஊழியர்கள் மட்டுமே இருப்பர்.

ஆனால் இரண்டு திட்டங்களிலும் தேவையான இடங்கள் ஒரே மாதிரியாக தான் இருக்கும்.

முதலாவது திட்டத்திற்கு கிட்டத்தட்ட ரூபாய் ஒரு லட்சம் வரை செலவாகும். மற்றொன்றுக்கு ரூபாய் ஐம்பதாயிரத்திற்கும் குறைவாகவே செலவாகும்.

உள்ளூர் சமூகத் தேவைகளைப் பொறுத்தே அளவு, வடிவம், உள்ளடக்கங்கள் மற்றும் செலவு ஆகியவற்றைத் தேர்வு செய்ய முடியும்.

கடன் மற்றும் வங்கிப் பரிவர்த்தனைகள் அதிகமாக நடைபெறுகிற இடங்களில், அதிக அலுவலக இடம் தேவைப்படும். உள்ளூரில் தொழிற்சாலைகள் இருந்தால், அவற்றின் பண பரிவர்த்தனைக்கும், சேகரிப்புக்கும் அதிக பாதுகாப்புப் பணியாளர்களும், காப்பறைகளும் தேவைப்படும்.

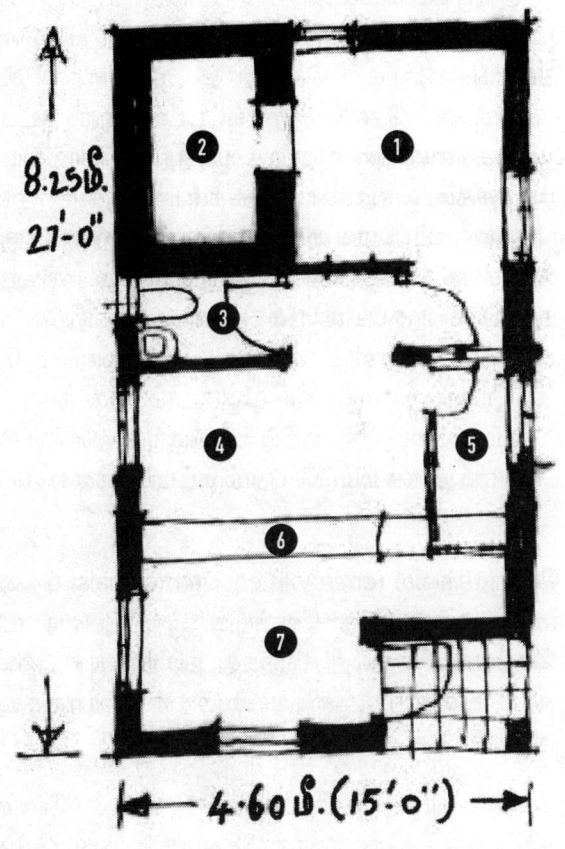

1. மேலாளர் அறை 2. காப்பறை 3. கழிப்பறை 4. அலுவலகம்
5. செவிலியர் அறை 6. கல்லா 7. காத்திருப்பு இடம்

இதுபோன்ற கட்டடங்கள், நமது பரந்து விரிந்த நிலப்பரப்பு முழுமைக்கும், ஆயிரக்கணக்கான சமூகங்களுக்கும் சேவை செய்ய வேண்டி இருக்கும். இதற்கென நம்முடைய சொந்தப் பணத்தையும் வளங்களையும் செலவிடத் தயாராக இருக்க வேண்டும். ஆடம்பரமான, தேவையற்ற கட்டடங்களை கட்டினால் நம்மால் நம் இலக்குகளை முழுமையாக பூர்த்தி செய்ய முடியாது. ஆடம்பரமான பூச்சுகள், வண்ணப்பூச்சுகள், ஓடுகள் எல்லாம் இருப்பது, ஒரு நல்ல கட்டடக்கலை பாணியின் அறிகுறி ஆகாது. இந்தியாவில் அழகான, வலுவான, இயற்கையாக கிடைக்கும் உள்ளூர் கட்டுமானப் பொருட்கள் பல உள்ளன. அவற்றின் சிறப்பு அம்சங்கள் நமது கட்டடங்களில் காட்டப்பட வேண்டும். மேலும், ஆடம்பரமான கட்டுமான பொருட்கள் மீது நாம் கொண்டிருக்கும் ஒரு மோகத்தையும் உடைத்து எறிய வேண்டும். பொருளாதார அடிப்படையில், யதார்த்தமாக மட்டுமே நாம் கட்டடங்களை திட்டமிட வேண்டும்.

அதீத ஆற்றல் பொருட்களை (energy intensive materials) தேவைக்கு ஏற்ப குறைவாகவே பயன்படுத்த வேண்டும். முடிந்தவரை உள்ளூர் பொருட்களையே பயன்படுத்துவது சிறந்தது. நம் நாட்டில் ஏற்கனவே ஆற்றல் குறைவாக உள்ளது. ஆகையால் அதன் பற்றாக்குறையை நாம் இன்னும் அதிகரிக்கக் கூடாது.

அவசியம் இல்லாவிட்டால், கட்டடங்களை கட்ட வேண்டாம். ஒரு எடுத்துக்காட்டாக—முன்பு காண்பிக்கப்பட்ட வளாகங்களில், ஒவ்வொரு கட்டடத்திலும் ஒரு தனி கழிப்பறை அமைக்காமல், பொது கழிப்பறையை அமைத்தால் அது போதுமானதாகவும், குறைந்த செலவிலும் இருக்கும்.

அவ்வாறு கட்டினால், நீர் குழாய்கள் மற்றும் கழிவு குழாய்கள் அனைத்தும் குறைவாகவே தேவைப்படும்.

சாளரங்கள் அமைப்பதற்கு அதிக செலவாகும். பல இடங்களில் அவற்றை ஜாலிகளாக (jali) மாற்றலாம். சட்டகமில்லா கதவுகள் மற்றும் சாளரங்களை அமைப்பது பெரும்பாலும் பாதி செலவை மிச்சப்படுத்தும்.

வெளிநாட்டிலிருந்து கடன் வாங்கி கட்டடங்களைக் கட்டினாலும், அந்த பணத்தை ஒரு நாள் திருப்பிச் செலுத்த தான் வேண்டும். ஆகையால் கடன் வாங்குவதற்கான காரணத்தையும், சந்தர்ப்பத்தையும் தவிர்ப்பது மிகவும் சிறந்தது. எனவே, நம்மிடம் இருக்கும் வளங்களை வைத்து திட்டமிடவும், கட்டமைக்கவும் பழகி கொள்ள வேண்டும்.

சந்தை கடைகள்

சாதாரண சிறிய கடைகள் மற்றும் விற்பனையகங்கள், பொதுக் கட்டடங்களின் மற்றொரு வகையாகும். வழக்கமாக அவை தற்காலிக கொட்டகைகளாக இருக்கும். அப்படி இருந்தால் ஒரு நல்ல விஷயம் தான். ஆனால் கழுவி சுத்தம் செய்யக் கூடிய ஒரு நிரந்தர வழங்கிடத்தோடு (counter) அந்தக் கடைகள் இருந்தால் இன்னும் நன்றாக இருக்கும். இது சாத்தியமானால், அந்தக் கடையின் அடித்தளமும், ஈரமாக வாய்ப்புள்ளது. எனவே, அடித்தளத்தையும் நிரந்தர கட்டமைப்பாகக் கட்ட வேண்டும்.

பின்வரும் பக்கங்களில் எளிய மற்றும் குறைந்த செலவுகளில் கட்டி எழுப்பக்கூடிய கடைகளின் திட்டப்படங்களை காணலாம்.

4 விற்பனையாளர்களுக்கான சந்தை கடை

தேவையான பொருட்கள்:

செங்கற்கள் - சுமார் 400 எண்ணிக்கை
சவுக்கு மர கம்பங்கள் - 7 எண்ணிக்கை
சிமிட்டி - 1 மூட்டை
தேவையான அளவு மணல்
6 மில்லி மீட்டர் எஃகு தண்டுகள் (TMT rods) - 2 எண்ணிக்கை,
கூரை வேய, தேங்காய் நார் மற்றும் ஓலைகள்.

மொத்த செலவு தோராயமாக ரூ.1,000/-

ஒரு விற்பனையாளருக்கு ஒரு நாளுக்கு ரூ.4/-

ஒரு குடிசையில் உள்ள 4 விற்பனையாளர்களுக்கு ஒரு நாளுக்கு ரூ.16/-

இந்த செலவு முழுவதும் சுமார் 60 நாட்களில் மீட்டெடுக்கப்படும் (1992-ஆம் ஆண்டில்).

இதுபோன்ற செலவுகளை விரைவாக மீட்டெடுக்க முடியும் என்ற பட்சத்தில், கடையின் நிலைத்தன்மை பற்றி பேசுவதோ அல்லது ஒவ்வொரு ஆண்டும் கூரையில் உள்ள ஓலையை புதுப்பிப்பதைப் பற்றி கவலைப்படுவதோ முட்டாள்தனம் ஆகும்.

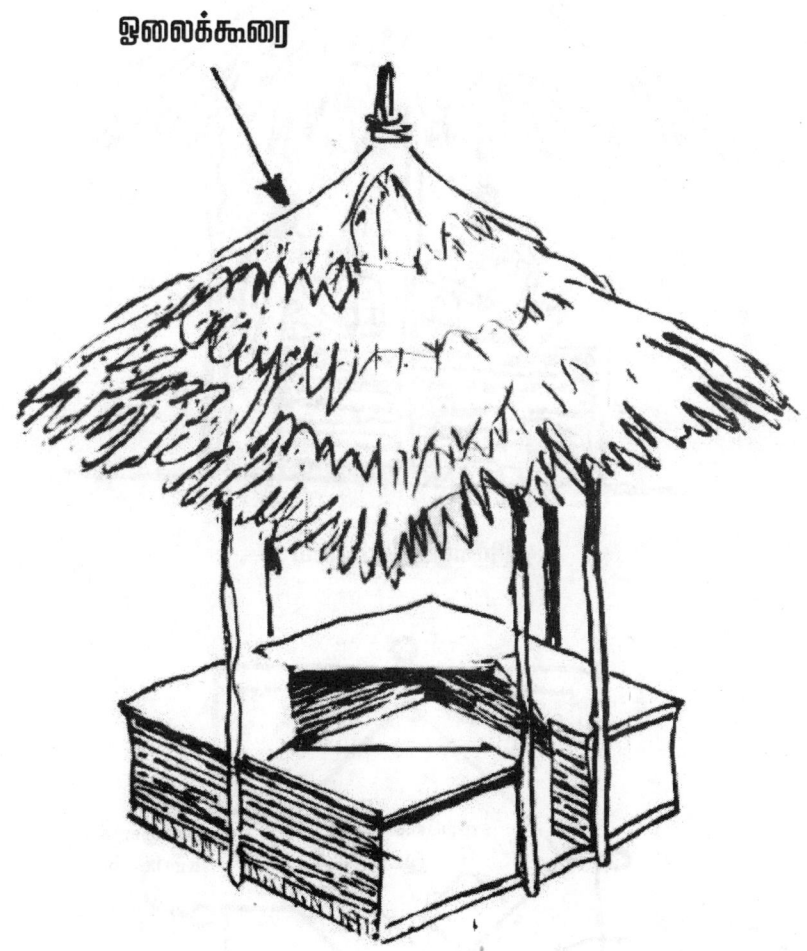

ஓலைக்கூரை

புறத்தோற்றப் படம்

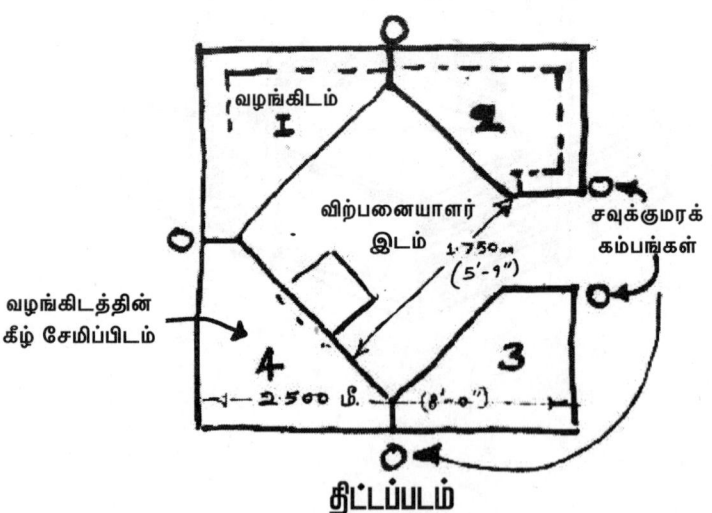

திட்டப்படம்

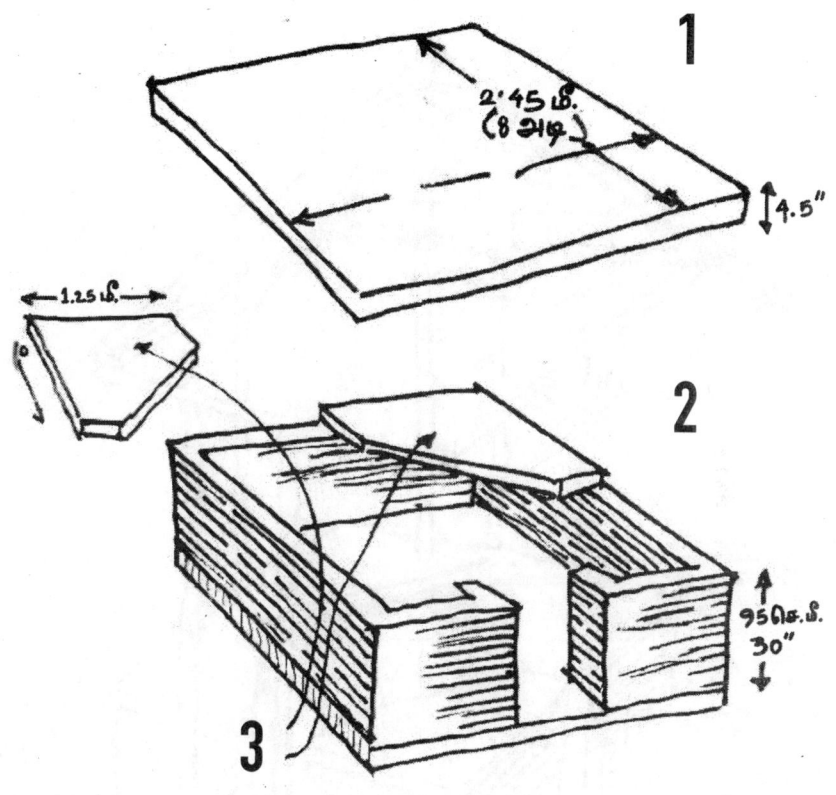

1. மண்ணை திமித்து நிலையாக்க வேண்டும். கற்காரை (concrete), செங்கற்கள் அல்லது கற்களை கொண்டு நிலத்தை மட்டப்படுத்த வேண்டும்.

2. கடையின் வெளிப்புற சுவரை செங்கற்களைக் கொண்டு 2.5 அடி உயரத்திலும், 4.5 அடி தடிமனிலும் கட்ட வேண்டும்.

3. முன்பே தயாரிக்கப்பட்ட வலைக் காரையினால் (ferrocement) ஆன 4 வழங்கிட பலகைகளையும் சுவர்களின் மேல் வைக்க வேண்டும்.

கூரையை மூங்கிலாலோ அல்லது சவுக்கு மரக் கம்பங்களாலோ அமைக்க வேண்டும். கம்பங்களின் முனைகளை தீயினால் சுட்ட பின் தரையில் நட வேண்டும். உள்ளூர் ஓலைகள் அல்லது வைக்கோல் போன்றவற்றைக் கொண்டு கூரையை வேய வேண்டும்.

குறுக்குவசப் படம்

தரை மற்றும் வழங்குமிடம் கழுவக் கூடியதாகவும், நிரந்தரமாகவும் இருக்க வேண்டும். கூரை தற்காலிகமானதாக இருக்கலாம்.

இந்த அடிப்படைத் திட்டத்தைக் கொண்டு, மாற்றுப் பொருட்களை பயன்படுத்தியும் கட்டமைக்கலாம். சவுக்கு மர கம்பங்களுக்கு பதிலாக இரும்பு மற்றும் கற்காரை கம்பங்களைப் பயன்படுத்தலாம். கூரைகளுக்கு ஓடுகள், தகடுகள், வலைக் காரை (ferro-cement) போன்றவற்றைப் பயன்படுத்தலாம்.

7 விற்பனையாளர்களுக்கான ஒரு கொட்டகை

இந்த வடிவமைப்பின் முக்கிய நன்மை என்னவென்றால், விற்பனையாளர்களுக்கும் வாடிக்கையாளர்களுக்கும் ஏராளமான புழங்கும் பகுதி உள்ளது.

இதை கட்ட சுமார் ரூ.3,500/- முதல் ரூ.5,000/- வரை செலவாகும்.

ஏழு விற்பனையாளர்களுக்கும் தினசரி வாடகை சுமார் ரூ.50/-

(1992-ஆம் ஆண்டு மதிப்பீடு)

எனவே செலவை நூறு நாட்களில் மீட்டெடுக்க முடியும்.

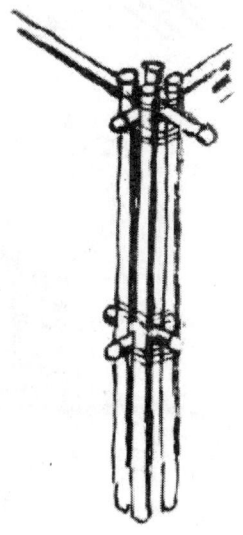

செலவுகள் அதிகரித்தாலும் கூட, சந்தை கொட்டகை இரண்டே வாரங்களில் கட்டப்படலாம். செலவு அரை ஆண்டில் மீட்டு எடுக்கப் படும்.

சவுக்கு மரக் கம்பங்கள் வலுவானவை. நீண்ட நாள் நீடித்து பயன்தரக்கூடியவை. அவை வலுவான காற்று வீசினாலும் தாக்கு பிடிக்கக் கூடியவை.

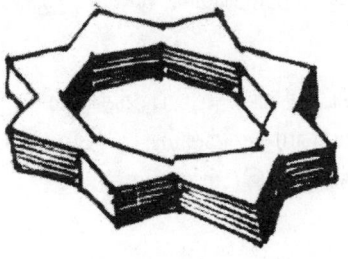

வழங்கிடங்களின் அடிப்படை வடிவம் இதுதான். இதனால் பலர், கடைகளுக்கு அருகாமையில் வந்து விற்பனைக்கு உள்ள பொருட்களை காண முடியும்.

இதன் சுவர்கள் சுட்ட செங்கற்களால் ஆனது. வழங்கிடங்கள் வலைக்காரையால் ஆனது. கூரையை சவுக்கு மரக் கம்பங்கள் தாங்கி நிற்கிறது. கூரை ஓலையால் வேயப்பட்டிருக்கிறது.

இது குறைந்தபட்ச பொருட் செலவில் அமைக்கக் கூடிய கட்டமைப்பாகும். மேலும் இதில் வலுவூட்டிய கற்காரை (RCC - Reinforced Cement Concrete) கம்பங்கள், ஓடுகள் அல்லது தகடுகள் போன்றவற்றைப் பயன்படுத்துவதன் மூலம், இதன் ஆயுட்காலத்தை அதிகப்படுத்தலாம்.

ஒவ்வொரு வழங்கிடத்தின் உட்புறத்திலும் இரண்டு அல்லது மூன்று விற்பனையாளர்களுக்கும், வெளிப்புறத்தில் ஐந்து வாடிக்கையாளர்களுக்கும் இடம் உள்ளது.

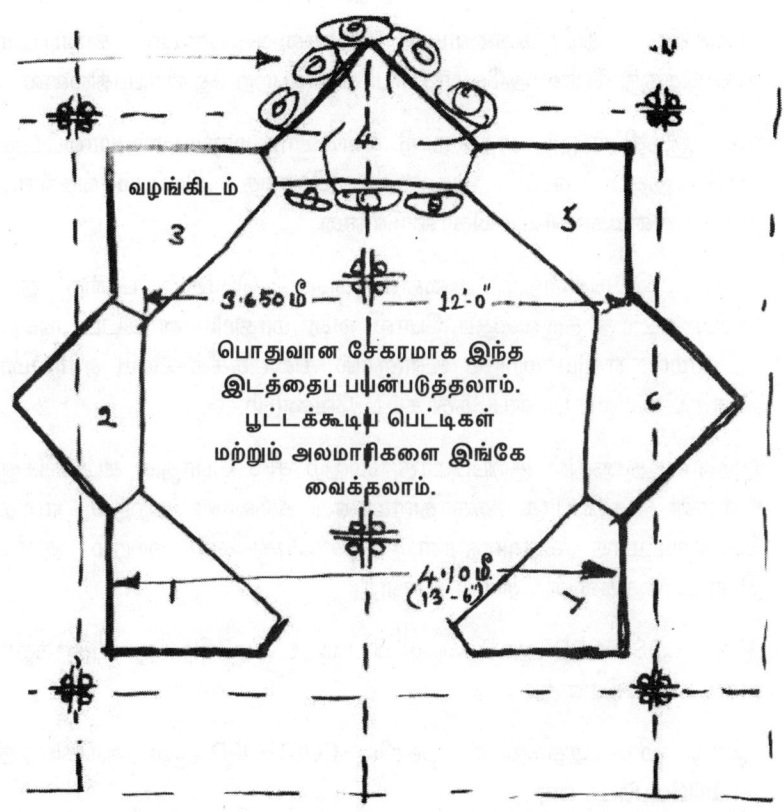

7 வழங்கிடங்கள் உள்ள கொட்டகையின் திட்டப்படம்

மேற்கண்ட திட்டங்களையும் யோசனைகளையும் கண்டிப்பாக அச்சடித்தது போல் அதேமாதிரியாக பின்பற்ற வேண்டியதில்லை.

நமது இந்தியா ஒரு பரந்த நாடு. ஒவ்வொரு மாநிலமும், மாவட்டமும், பஞ்சாயத்தும் கூட, அதனதன் சொந்த சிறப்பம்சங்களையும் தனித்தன்மைகளையும் கொண்டுள்ளன.

எல்லா இடங்களிலும் அனைவருக்கும், பொதுப் பணித் துறை (PWD) கட்டித் தருவதைப் போல் ஒரே மாதிரியான கட்டடங்களை கட்டாமல், எளிய மற்றும் உள்ளூரில் கிடைக்கக்கூடிய ஏராளமான பொருட்களைப் பயன்படுத்தி கட்ட வேண்டும்.

இந்த புத்தகத்தில் குறிப்பிடாத மேலும் சில பொதுக் கட்டடங்களும் உள்ளன. குறிப்பாக சுகாதாரமான, மலிவான மற்றும் எளிதில் சேதமடையாத கழிவறைகள், சலவையகங்கள் மற்றும் குளியல் கொட்டகைகளின் தேவை உள்ளது.

இது COSTFORD-ஆல் வெளியிடப்பட்ட மற்றொரு புத்தகத்தில் விளக்கப்பட்டுள்ளது.

(இதன் மூல புத்தகங்கள் முதலில் COSTFORD-ஆல் ஆங்கிலத்தில் வெளியிடப்பட்டன.)

குறுக்குவசப் படம்

III
தொடக்கப் பள்ளிகள்

இந்தியா முழுவதற்கும் பொருந்தும் ஒரே மாதிரியான திட்டமோ அல்லது முன்வடிவமோ இருக்க முடியாது. உதாரணமாக, இந்தியாவின் கேரள மாநிலத்தில் உள்ள ஒரு தொடக்கப்பள்ளிக்கு குறைந்தபட்சம் 100 குழந்தைகள் இருப்பார்கள். அவர்களுக்கு நான்கு வகுப்பறைகளும், போதிய ஆசிரியர்களும் இருப்பார்கள்.

சமீபத்தில் நான் உத்தராகண்ட் மாநிலத்திலுள்ள கட்வாலுக்கு சென்றிருந்த போது, பல சிறிய கிராமங்களில் நூறுக்கும் குறைவான மக்களே இருப்பதைக் கண்டேன். அக்கிராமங்களுக்கு இடையே பல கிலோமீட்டர் தூரம் இருப்பதாலும், மேடு பள்ளம் கொண்ட பாதைகள் இருப்பதாலும், வெறும் 30 குழந்தைகளுக்கென ஒரு பொது தொடக்கப்பள்ளியை அமைப்பது கூட கடினமானது. அதனால், ஒவ்வொரு தொடக்கப் பள்ளிக்கான தேவைகள் நாடு முழுவதும் மட்டுமல்லாமல், ஒவ்வொரு மாநிலத்திற்குள்ளும் வெவ்வேறாக மாறுபட்டு இருக்கும்.

இதேபோல், தொடக்கப் பள்ளிகளை நிறுவுவதற்கான செலவைக் கருத்தில் கொள்ளும்போது, கிடைக்கக்கூடிய கட்டுமானப் பொருட்கள் மற்றும் நுட்பங்களும் மாவட்டத்திற்கு மாவட்டம் பெருமளவிற்கு மாறுபடும். எஃகு, சிமிட்டி, கண்ணாடி மற்றும் செங்கற்கள் கிடைக்கக் கூடிய இடங்களில், இவற்றை முன்புனைவு (prefabricate) செய்து மனை இடங்களுக்கு எடுத்துச் சென்று பயன்படுத்தினால் கட்டுமானச் செலவை ஓரளவுக்குக் குறைக்கலாம். ஆனால் மலைப்பகுதிகளில் இருக்கும் பல மாவட்டங்களுக்கு இந்த பொருட்கள் கிடைப்பதே அரிதாகும்.

எடுத்துக்காட்டாக, கட்டுமான வேலைகளுக்குப் பயன்படும் சாந்துகள், பூச்சுகள் மற்றும் வலுவூட்டப்பட்ட கற்காரையை (RCC - Reinforced Cement Concrete) உருவாக்கத் தேவைப்படும் மணல், மலை மற்றும் மலை சார்ந்த பகுதிகளில் கிடைப்பதில்லை என்பதை திட்டமிடுபவர்கள் இன்னும் புரிந்துக்கொள்ளவில்லை. பாறைகள் மற்றும் கற்களின் சிதைவினால் மணல் உருவாகிறது. அது மழையாலும் ஆறுகளாலும் அடித்துச் செல்லப்படுவதால் மலைகளின்

அடிவாரத்தில் காணப்படுகின்றது.

கட்டுமானத்தின் செலவை குறைப்பதற்கு பல முக்கியமான கருத்துகளை நாம் மனதில் கொள்ள வேண்டும்.

முதலாவதாக, எந்தவொரு காரணத்திற்காகவும் கட்டமைப்பின் நிலைப்பாட்டைக் (structural stability) குறைக்கவோ அல்லது புறக்கணிக்கவோ கூடாது. இதன் பொருள்—செலவைக் குறைப்பதற்காக நாம் பொருட்களின் அளவுகளையோ, தரத்தையோ அல்லது சாந்துகளின் சரியான விகிதத்தையோ குறைக்கக்கூடாது என்பது தான். ஆனால், அதற்காக சோதிக்கப்பட்ட மற்றும் நிறுவப்பட்ட மாற்றுகளை மட்டுமே பயன்படுத்த வேண்டும் என்றும் அர்த்தமில்லை.

இரண்டாவதாக, நாடு முழுவதிலும் பெருமளவில், மலிவான விலையில் பாரம்பரிய உள்ளூர் பொருட்கள் கிடைக்கின்றன. அவற்றில் சில பொருட்கள் நம் மனையிடத்திலேயே கிடைக்கக்கூடும். நவீன மற்றும் சிமிட்டியால் ஆன பொருட்களோடு ஒப்பிடும் போது, உள்ளூர் பொருட்களின் பயன்பாடு கட்டுமானச் செலவை மிகுதியாக குறைக்கத்தக்கது. அதற்கு சிமிட்டியால் ஆன பொருட்களை நாம் பயன்படுத்தக்கூடாது என்றும் அர்த்தமல்ல. அப்பொருட்களை பாரம்பரிய, உள்ளூர் பொருட்களுடன் ஒப்பிட்டும், போக்குவரத்து மற்றும் வேலையாட்கள் கிடைக்கும் தன்மை போன்றவற்றை முழுமையாகக் கருத்தில் கொண்டும் பயன்படுத்த வேண்டும்.

மூன்றாவதாக, நம் நாட்டில் ஆற்றலுக்கான (energy) பற்றாக்குறை இருக்கிறது. சிமிட்டி, எஃகு, கண்ணாடி, சுட்ட செங்கற்கள் போன்ற உற்பத்தி ஆற்றல் அதிகம் கொண்டப் பொருட்களைக் குறைவாகவே பயன்படுத்த வேண்டும். முடிந்தவரை குறைந்த அளவு உற்பத்தி ஆற்றல் தேவைப்படும் பொருட்களை அல்லது ஆற்றல் தேவையற்ற பொருட்களையே கட்டுமானத்திற்குப் பயன்படுத்த வேண்டும்.

என்னைப் பொறுத்தவரை, நான்காவதாக ஒரு கருத்தும் உள்ளது. குழந்தைகள், அவர்கள் வாழ்க்கையின் பெரும்பகுதியை பள்ளி

சூழலிலேயே கழிக்கின்றனர். பள்ளி கட்டடங்கள் மற்றும் அவற்றின் சூழல் முடிந்தவரை அழகாகவும், குழந்தைகளுக்குப் பிடித்தவாறும் இருக்க வேண்டும். இளம்வயதில், வளரும் குழந்தைகளுக்கு ஒரே மாதிரியான சதுர பெட்டிகளைப் போன்று பள்ளிகளை அமைப்பது ஏற்றுக்கொள்ளக்கூடியதாக இருக்காது.

தொடக்கப்பள்ளி கட்டடங்களின் கட்டுமானச் செலவைக் குறைப்பதில் மற்றொரு முக்கியமான அம்சம், கட்டமைப்பை அதிக சிந்தனையோடு திட்டமிடுவதாகும். வரிசையாக இருக்கும், சதுர அறைகளை நீண்ட நடைபாதை அல்லது தாழ்வாரத்தின் மூலம் இணைப்பது போன்ற வகையில் திட்டமிடுவது வீணானது.

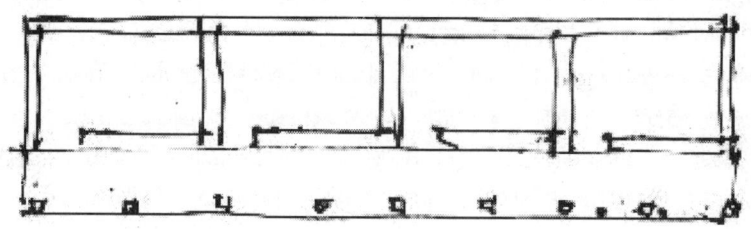

இந்த தாழ்வாரத்தை நடைபாதையாக மட்டும் பயன்படுத்தாமல் மற்ற செயல்பாடுகளையும் உள்ளடக்கும் விதத்தில் வடிவமைக்க முடியும். கதவுகள் மற்றும் சாளரங்கள் இல்லாத ஏராளமான பள்ளிகளை நான் கட்டியுள்ளேன். பல பகுதிகளில், ஜாலி சுவர்கள் போதிய ஒளி மற்றும் காற்றோட்டம் கொடுக்க வல்லது.

ஒரு வகுப்பறைக்கு நான்காவது சுவர் என்பது இருக்க வேண்டும் என்பதில்லை. ஒரு பக்கம் திறந்திருக்கும் அறையில், வகுப்புகள் நடைபெறுவது, பக்கத்து வகுப்பறைகளுக்கு இடையூறு விளைவிப்பதில்லை என்பதை நான் எனது அனுபவத்திலிருந்து அறிந்து கொண்டுள்ளேன். தொடக்கப்பள்ளியை வடிவமைக்கும்போது அதன் அனைத்து வகுப்பறைகளும், ஒரே பக்கமாக திறக்கும்படி வடிவமைத்து, திறந்த இடத்தை குறைந்த செலவில் உருவாக்கி, ஒரு பொது அரங்கமாக பயன்படுத்தலாம்.

பின்வரும் திட்டப்படங்கள், மாணவர்களாலும் ஆசிரியர்களாலும் போற்றப்பட்ட, வழக்கத்திற்கு மாறான பல்வேறு திட்ட அமைப்புகளை விளக்குகின்றன.

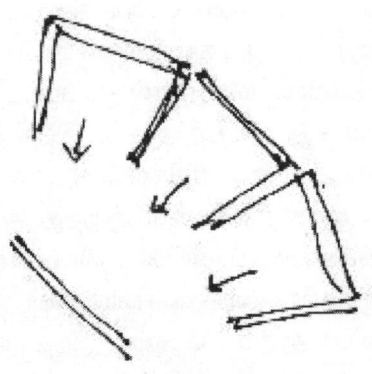

திட்டப்படம் 1

இந்த திட்டப்படத்தில் நான்கு வகுப்பறைகள், ஒரு ஆசிரியர் அறை, நண்பகல் உணவுக்கான சமையலறை, சேகரங்கள் மற்றும் கழிப்பறைகள் உள்ளன. இவை அனைத்தும் ஒரு வான்நோக்கிய முற்றத்தைச் சுற்றி அமைக்கப்பட்டுள்ளன. போதிய நிதி இருந்தால், மேல்திறந்த அல்லது மேல்மோடுள்ள ஒரு மேடையை இத்திட்டப்படத்தில் சேர்க்கலாம். இந்தத் திட்டப்படம் ஒவ்வொரு வகுப்பறையிலும் சுமார் இருபது குழந்தைகள் அமரக்கூடிய வகையில் திட்டமிடப் பட்டுள்ளது. இந்த வகையான திட்ட அமைப்புகளை எந்த அளவுகளில் வேண்டுமானாலும் வடிவமைத்து, அதில் போதுமான குழந்தைகள் அமரும்படி செய்யலாம்.

கதவுகள் சட்டகமற்றதாக (frameless doors) இருக்கின்றன. உள்ளூர் பொருட்களான கல், சுட்ட செங்கல், மண் போன்றவற்றால் சுவர்கள் அமைக்கப்படுகின்றன. இச்சுவர்களில் பெரும்பாலும் சாளரங்களுக்கு பதிலாக ஜாலிகள் வடிவமைக்கப்படுகின்றன. வரைபடத்தில் உள்ளவாறே உள்ளூர் பொருட்கள் மற்றும் நுட்பங்களை கொண்டு கூரைகளை அமைக்கலாம். கூரையால் மூடப்பட்ட கட்டட பகுதியின் பரப்பளவு சுமார் 100 சதுர மீட்டர் ஆகும். இந்த திட்டப்படங்களில், பள்ளிக் கட்டமைப்புக்கான விதிகளிலிருந்து பல விலக்குகள் காணப்படுகின்றன. இந்த விலக்குகள் ஆழ்ந்து ஆராய்ந்த பின்னரே பரிந்துரைக்கப்படுக்கின்றன. பள்ளி கட்டமைப்புக்கான பல விதிகள் இன்றளவும் பொருத்தமாகவும், அவசியமாகவும் இல்லை என்பதே இதற்கான காரணம் ஆகும். மேலும் இந்த விதிகள் செலவுக் குறைப்புக்கு ஓர் தடையாக இருக்கின்றன.

❶ வகுப்பறை ❷ ஆசிரியர் அறை ❸ சேகரம் ❹ கழிப்பறை

❺ சமையல் அறை ❻ மேடை ❼ வான்நோக்கிய முற்றம் **ஜா.** ஜாலி

ஜா.
1
1
I
II
3.65மீ.
x
3.65மீ.
4
ஜா.
5
ஜா.
6
7
3
3
2
ஜா.
4
1
1
ஜா.
IV
III
ஜா.

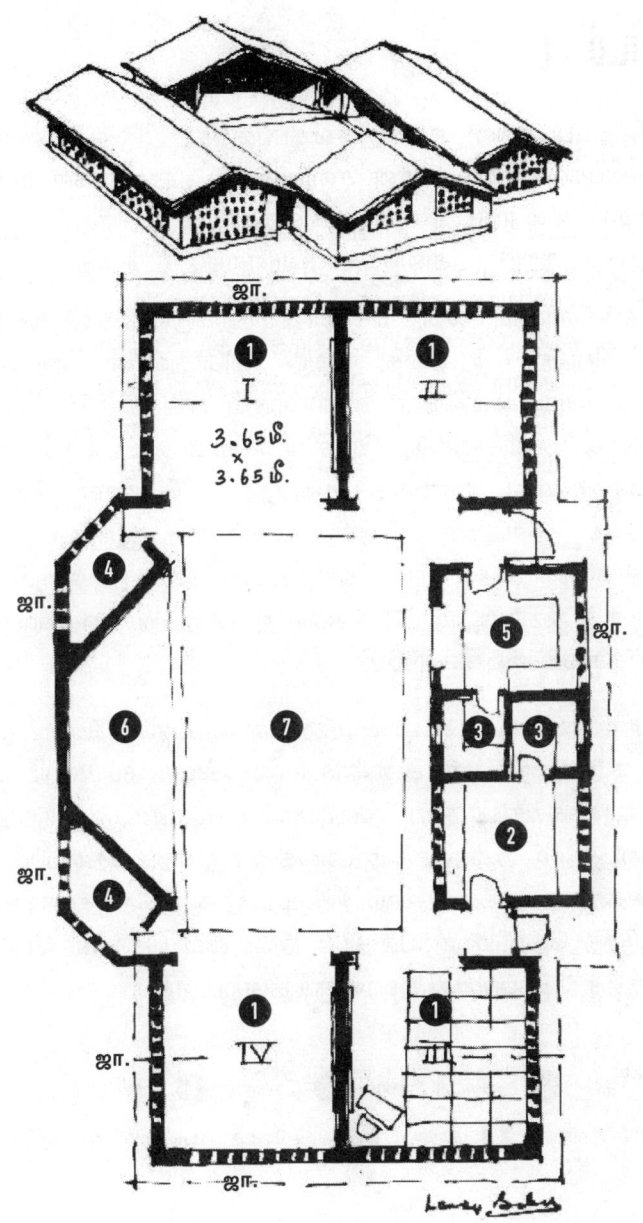

திட்டப்படம் 2

இந்த திட்டப்படத்திலும் நான்கு வகுப்பறைகள், ஒரு ஆசிரியர் அறை, ஒரு சமையலறை மற்றும் கழிவறைகள் உள்ளன. அனைத்து வகுப்பறைகளையும், ஒரே பக்கமாக திறக்கும்படி வடிவமைத்து, இந்த திறந்த இடத்தை, ஒரு பொதுவான அரங்கமாக பயன்படுத்தலாம். ஒவ்வொரு வகுப்பிற்கும் தனித்தனியே ஆசிரியர் கிடைக்காத பள்ளிகளுக்கு, இந்த வகையான திட்டங்கள், மிகவும் பொருத்தமானவை என்பதை கவனத்தில் கொள்ள வேண்டும். அறைகளின் அளவுகள் இத்திட்டப்படத்தில் இருப்பதை விட பெரியதாகவோ அல்லது மாறுபட்டதாகவோ இருக்கலாம். ஒவ்வொரு அறையிலும் 20 அல்லது 22 குழந்தைகளுக்கான இருக்கைகளை வைக்க முடியும்.

கூரையால் மூடப்பட்ட கட்டடப் பகுதியின் பரப்பளவு (மேடை, முற்றம் மற்றும் கழிப்பறைகளை கணக்கிடாமல்) சுமார் 80 சதுர மீட்டர் ஆகும். ஜாலி சுவர்கள் திட்ட அமைப்பில் காட்டப்பட்டு இருந்தாலும், நிதி கிடைத்தால் அல்லது சூழ்நிலைகளுக்கு ஏற்ப தேவைப்பட்டால் சாளரங்களை அமைக்கலாம். குழந்தைகள் அச்சாளரங்களை சேதப்படுத்த நேரிடும் என்பதையும் நினைவில் கொள்ள வேண்டும். இதுபோன்ற சேதம் ஜாலி சுவர்களுக்கு ஏற்படாது.

❶ வகுப்பறை ❷ ஆசிரியர் அறை ❸ சேகரம் ❹ கழிப்பறை
❺ சமையல் அறை ❻ மேடை ❼ வான்நோக்கிய முற்றம் **ஜா.** ஜாலி

ஜா.
1
4
3
5
7
6
2

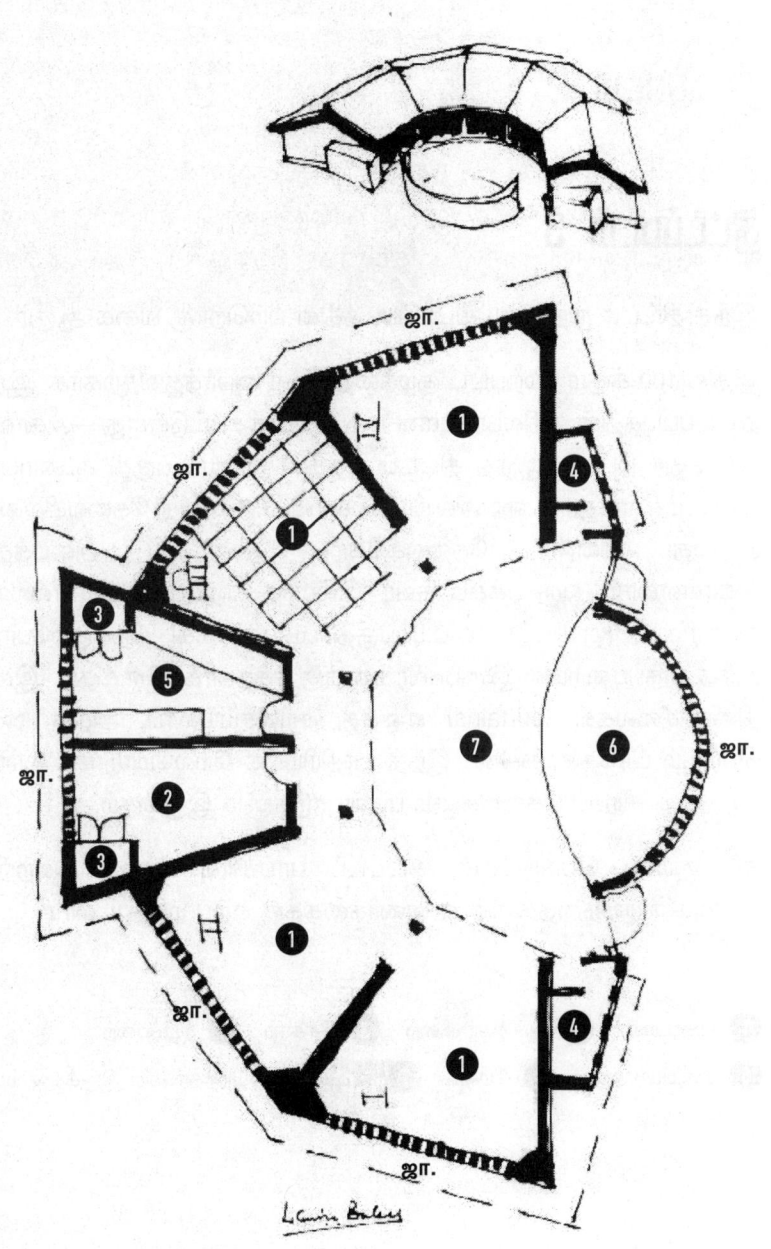

திட்டப்படம் 3

இந்த திட்டம் முந்தைய திட்டப்படத்தின் மற்றொரு வகை ஆகும்.

இதில் 100-க்கும் மேற்பட்ட குழந்தைகளை அமர்த்துவதற்காக, இந்த திட்டப்படத்தின் நிலபரப்பளவு அதிகமாக்கபட்டுள்ளது—அதாவது 125 சதுர மீட்டர். இந்த திட்டப்படத்தின் மையப் பகுதி கூரையால் மூடப்பட்டுள்ளது. கூரை அவசியமில்லாவிட்டால் அது தேவையில்லை, அல்லது பின்னர் தேவைக்கேற்ப கூரையை அமைத்துக் கொள்ளலாம். ஒரு பக்கம் சுவர் இல்லாத வகுப்பறைகள் எல்லாம், கூரையால் மூடப்பட்ட மையப்பகுதியை நோக்கி திறக்கும்போது, அந்த வகுப்பறையில் இருப்பவர்களுக்கு சத்தமாக இருக்கும். இதை திரைச்சீலைகள் (curtains) வைத்து சரிசெய்யலாம். அதிக மழை பெய்யும் பிரதேசங்களில், இந்த மாதிரியான மேல்மோடுள்ள மையப் பகுதிக்கு சிறப்பு தேவைகளும் பயன்பாடுகளும் இருக்கும்.

கட்டமைப்பு பொருட்கள், கட்டடப் பரப்பளவு மற்றும் அவற்றின் அளவுகள் குழந்தைகளின் எண்ணிக்கைக்கு ஏற்ப மாறுபடலாம்.

❶ வகுப்பறை ❷ ஆசிரியர் அறை ❸ சேகரம் ❹ கழிப்பறை
❺ சமையல் அறை ❻ மேடை ❼ கூடம் (கூரையற்றதாகவும் இருக்கலாம்)

4·60 ft.
II
1
1
7
1 III
4
6 IV
4
5
2
3
3

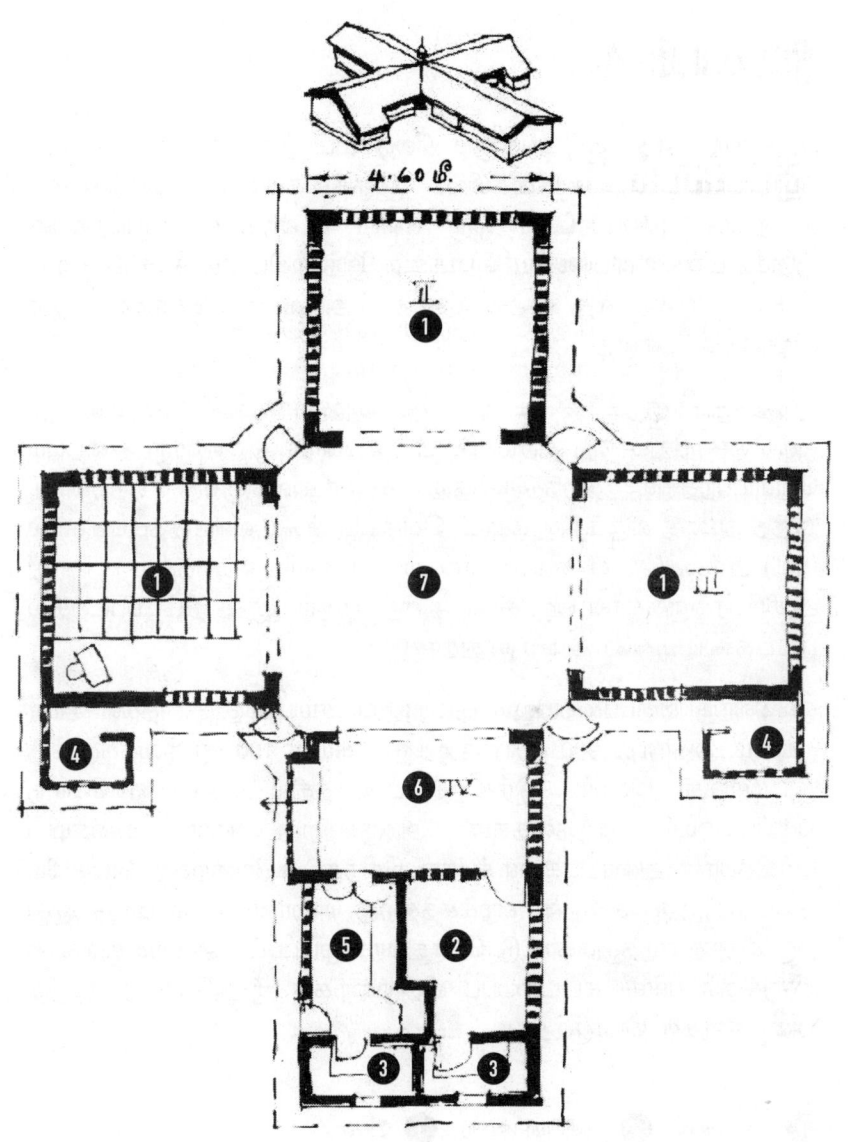

திட்டப்படம் 4

பின்வரும் ஐந்து திட்டங்களும் வேறுபட்ட தன்மை கொண்டவை. போதுமான எண்ணிக்கையில் இருக்கைகளை, முடிந்தவரை குறைவான நிலப்பரப்பில் ஒரு எளிய கூரையுடன் வழங்குவதே இத்திட்டங்களின் முக்கிய நோக்கம். இந்த திட்டம், 9.15 மீட்டர் x 9.15 மீட்டர் (அதாவது 30 அடி X 30 அடி) அளவுகளை கொண்டு, சதுர வடிவத்தில் உள்ளது.

இந்த சதுரம் குறுக்கே வெட்டி 4 வகுப்பறைகளாக பிரிக்கப்பட்டுள்ளது. ஒவ்வொன்றிலும் ஒரு சிறிய சேகரம் உள்ளது. ஒவ்வொரு அறையும் வெளிப்புறத்தில் திறந்திருக்கும். காலநிலைகளுக்கு ஏற்றவாறு, இந்த நான்கு வகுப்பறைகளும், வெளிப்புறத்தில் வளைத்தட்டிகளால் (grill) அல்லது ஜாலி சுவர்களால் மூடப்படலாம். மையத்தில் உள்ளது ஆசிரியர்களுக்கான ஒரு சிறிய அறை ஆகும். இந்த திட்டப்படத்தில் பூட்டக்கூடிய ஒரே அறை இதுதான்.

ஒவ்வொரு வகுப்பறையிலும் குறைந்தபட்சம் 20 குழந்தைகள் அமர முடியும். அதாவது 900 சதுர அடிக்குள் சுமார் 100 குழந்தைகளுக்கு இடமளிக்க முடியும். இந்த திட்டப்படத்தில் உள்ள ஒவ்வொரு வகுப்பறையும் குழந்தைகள் அமருவதற்கு ஏற்ற வகையில் பலவிதமான அமைப்புகளைக் காட்டுகிறது. கழிவறைகள் வெளியே தனியாக இருக்கின்றன. வழக்கத்திற்கு மாறான அமைப்பிற்கு இது ஒரு சிறந்த எடுத்துக்காட்டு. பொதுவாக மூடப்பட்ட அறைகளுக்காக இருக்கும் பள்ளி கட்டமைப்பு விதிமுறைகள், இதுபோன்ற திறந்த அறைகளுக்கு பொருந்தாது.

❶ வகுப்பறை ❷ ஆசிரியர் அறை ❸ சேகரம்

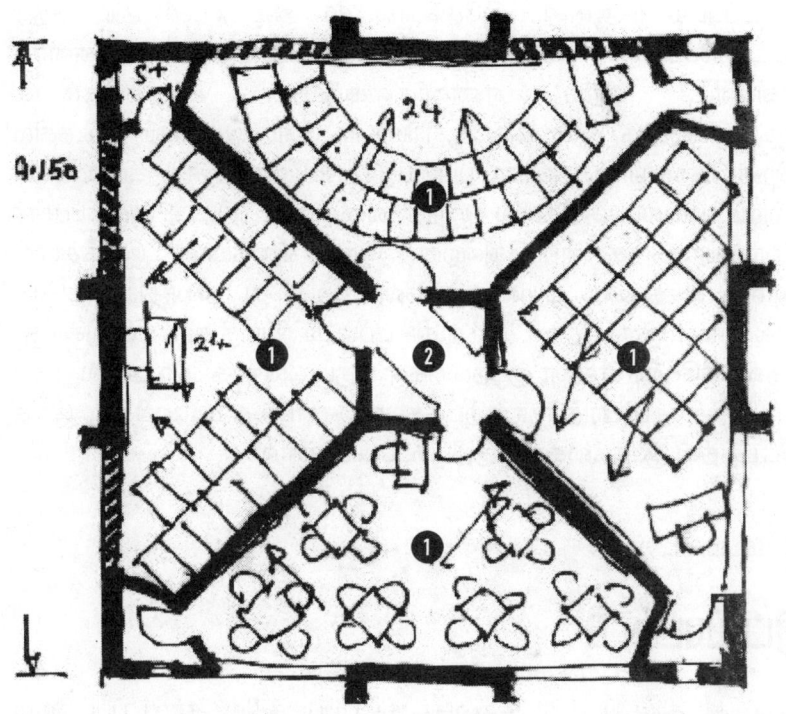

900 சதுர அடி பரப்பளவில் 4 வகுப்பறைகளுக்குள், மேசைகள், பாய்கள் மற்றும் நாற்காலிகளை வெவ்வேறு வகைகளில் வரிசைப்படுத்தி 100 குழந்தைகளை அமர வைக்கலாம்.

திட்டப்படம் 5

திட்டப்படம் 5-ஆனது, இதேபோல் 30 அடி x 30 அடி சதுர கட்டமைப்பிற்குள் திட்டமிடப்பட்டுள்ளது. வெவ்வேறு வயதினரைக் கொண்ட, சிறிய எண்ணிக்கையிலான குழந்தைகளைக் கையாள்வதற்கு, ஒரே ஒரு ஆசிரியர் மட்டுமே இருக்கும் இடத்தில் இந்த வகையான திட்டம் பயன்படுத்தப்படலாம். சிறு கிராமங்கள் மற்றும் மலைப்பகுதிகளில் இந்த வகையான திட்ட அமைப்புகள் பொதுவாகக் காணப்படுகின்றன. இந்த வகையான இடங்களில் பள்ளி வசதிகள் முழுமையாகவோ அல்லது போதியதாகவோ இல்லாமல் இருப்பதால், இந்த திட்டப்படம் இங்கு காட்டப்படுகிறது. தேவைக்கேற்ப எல்லா குழந்தைகளுக்கும் ஒன்றாகவோ அல்லது 3-4 வகுப்புகளாகப் பிரித்தோ கற்பிக்கலாம் என்பதை காண்பிக்க, இந்த திட்டத்தில் இருக்கைகள் குறிப்பிடப்பட்டுள்ளன.

திட்டப்படம் 6

6-ஆவது திட்டப்படம், 5-ஆவது திட்டப்படத்தில் காட்டப்பட்டுள்ள அதே பரப்பளவைக் கொண்டுள்ளது. ஆனால் இது ஆசிரியர்கள் அறை மற்றும் சிறிய மேடை, இரண்டையும் கொண்டுள்ளது. இருக்கைகளை மாற்றியமைப்பதன் மூலம் குழந்தைகள் அனைவரும் ஒரு கூட்டத்திற்காகவோ அல்லது நாடகத்தை காணவோ மேடையை நோக்கியவாறு அமர்ந்து கொள்ளலாம்.

1 வகுப்பறை 2 ஆசிரியர் அறை 3 சேகரம் 4 மேடை

9.150
காட்சி
மேசை
ஆசிரியர்
மேசை
மாணவர்
மேசைகள்
1
2
3
3

G-150
2
4
1
1
1
18
18

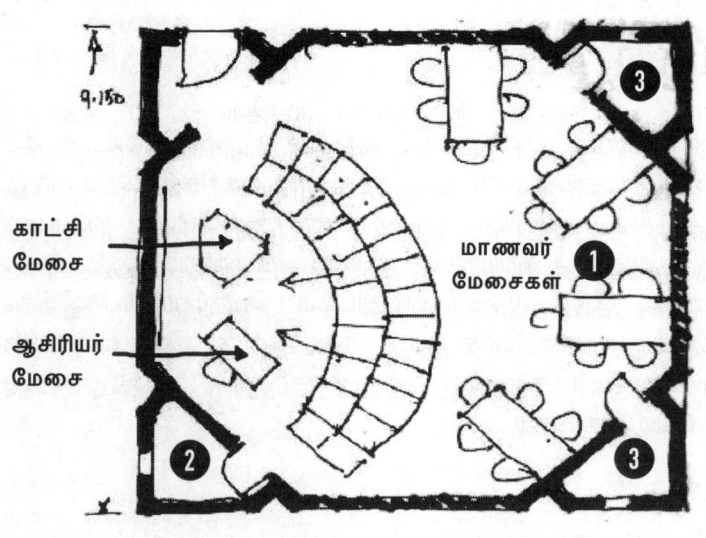

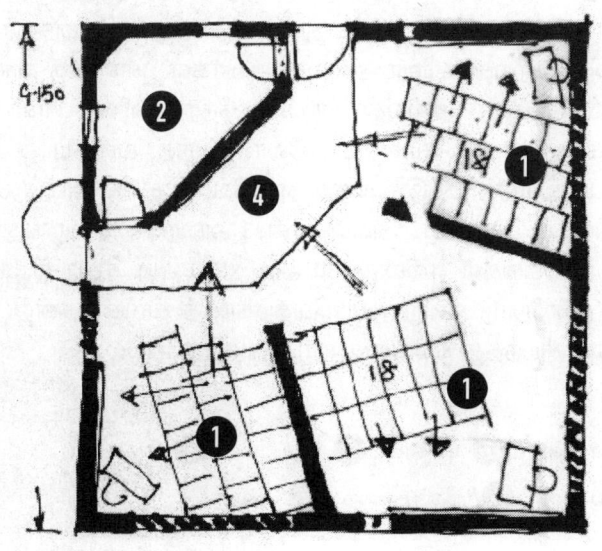

திட்டப்படம் 7

7-ஆவது திட்டப்படம், ஒரே வகுப்பறை உள்ள பள்ளி உடையதாகும். ஆனால் இது மதிய உணவு திட்டத்திற்கான வசதிகளுடன் உள்ளது. இத்திட்டத்தில் ஆசிரியர் அறையுடன் இணைந்த, கழிப்பறை உள்ளது. இது ஆசிரியர்கள் இரவில் உறங்கும் இடமாகவும் செயல்படும். இந்த வகையான திட்டம் பெரும்பாலும், இந்திய பள்ளிகளுக்கு ஏற்றவையாக இருக்காது. ஆனால் இந்த வகையான திட்டம், பால்வாடிகளுக்கு பயனுள்ளதாகவும், நடைமுறைக்கு ஏற்றதாகவும் இருக்கும்.

திட்டப்படம் 8

8-ஆவது திட்டப்படம், என்பது, சில குறிப்பிட்ட சூழ்நிலைக்கென திட்டமிட்டு அமைக்கப்பட்டுள்ளது. அதாவது, குழந்தைகளின் வருகை ஒழுங்கற்றதாகவோ அல்லது அவர்கள் பள்ளிக்கு வருவதை நிறுத்தி விட்டாலோ அல்லது மாலை நேரங்களில் பள்ளி வேறு நோக்கங்களுக்காக செயல்பட்டாலோ, இந்த வகையான திட்ட அமைப்பு பயனுள்ளதாக இருக்கும். எனவே, இது 30 அடி x 30 அடி கட்டடத்திற்குள் மாறுபட்ட அளவிலான 3 அறைகளை வழங்குகிறது. இந்த திட்டப்படங்கள் எல்லாம் 30 அடி x 30 அடி சதுர வடிவத்தில் இருப்பது ஒன்றோடு ஒன்று ஒப்பிடுவதற்காகத் தானே அன்றி, இந்த வடிவம் தான் சிறந்தது என்பதை காட்டுவதற்கு அல்ல.

1 ஆசிரியர் அறை 2 சேகரம் 3 கழிப்பறை 4 கழுவுமிடம்
5 சமையல் அறை 6 முகப்பு அறை 7 அலமாரி

கூடம்
6.0மீ x 6.0மீ
2
5
4
3
3
1
2
6

நடுத்தர
அறை
பெரிய
அறை
7
7
7
சிறிய
அறை
1 & 2

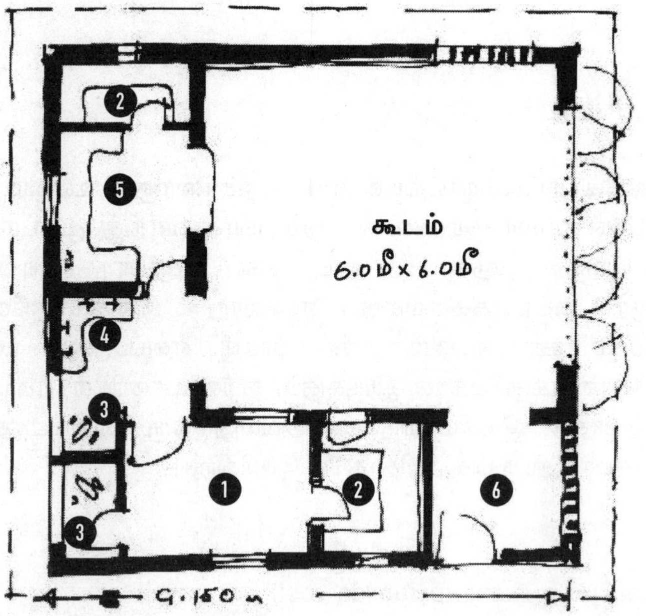

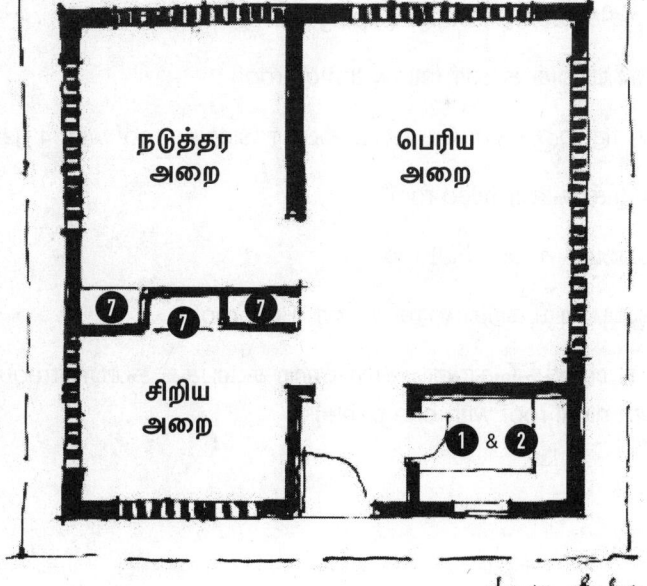

ஏற்கனவே சுட்டிக்காட்டியுள்ளபடி, எந்தவொரு வடிவமைப்பையும் குறிப்பாக எல்லா சூழ்நிலைகளிலும் பரிந்துரைப்பது முட்டாள்தனம். எந்தவொரு சந்தர்ப்பத்திலும் கட்டடத்தின் வடிவமைப்பு, உள்ளூர் கட்டடக்கலைக்கு ஏற்றவாறு இருக்க வேண்டும். குறிப்பாக ஊரகங்களில் நவீன பாணி எனப்படுவது பலருக்கு ஆட்சேபனைக்குரியதாக இருக்கும். நவீன பாணிகள் எனப்படுவது ஒட்டுமொத்த இந்தியாவிற்கோ அல்லது ஒரு மாவட்டத்துக்கோ சொந்தமானதாக மிக அரிதாகவே தெரிகிறது.

1. கூம்பகக் கூரை (pyramidal roof)
2. ஓலைவேய்வுக் கூரை (palm thatch roof)
3. மஞ்சிக் கூரை (simple sloping roof with 2 gables)
4. புல்வேய்வுக் கூரை (straw thatch roof)
5. நான்கு மஞ்சிகள் கொண்ட கூரை (sloping roof with 4 gables)
6. ஓட்டுக் கூரை (tiled roof)
7. தட்டைக் கூரை (flat roof)
8. வலுவூட்டிய கற்காரைக் கூரை (RCC roof)
9. ஒரு மஞ்சிக் கொண்ட சமச்சீரற்ற கூம்பகக் கூரை (irregular pyramidal roof with one gable)

1
2
3
4
5
6
7
8
9

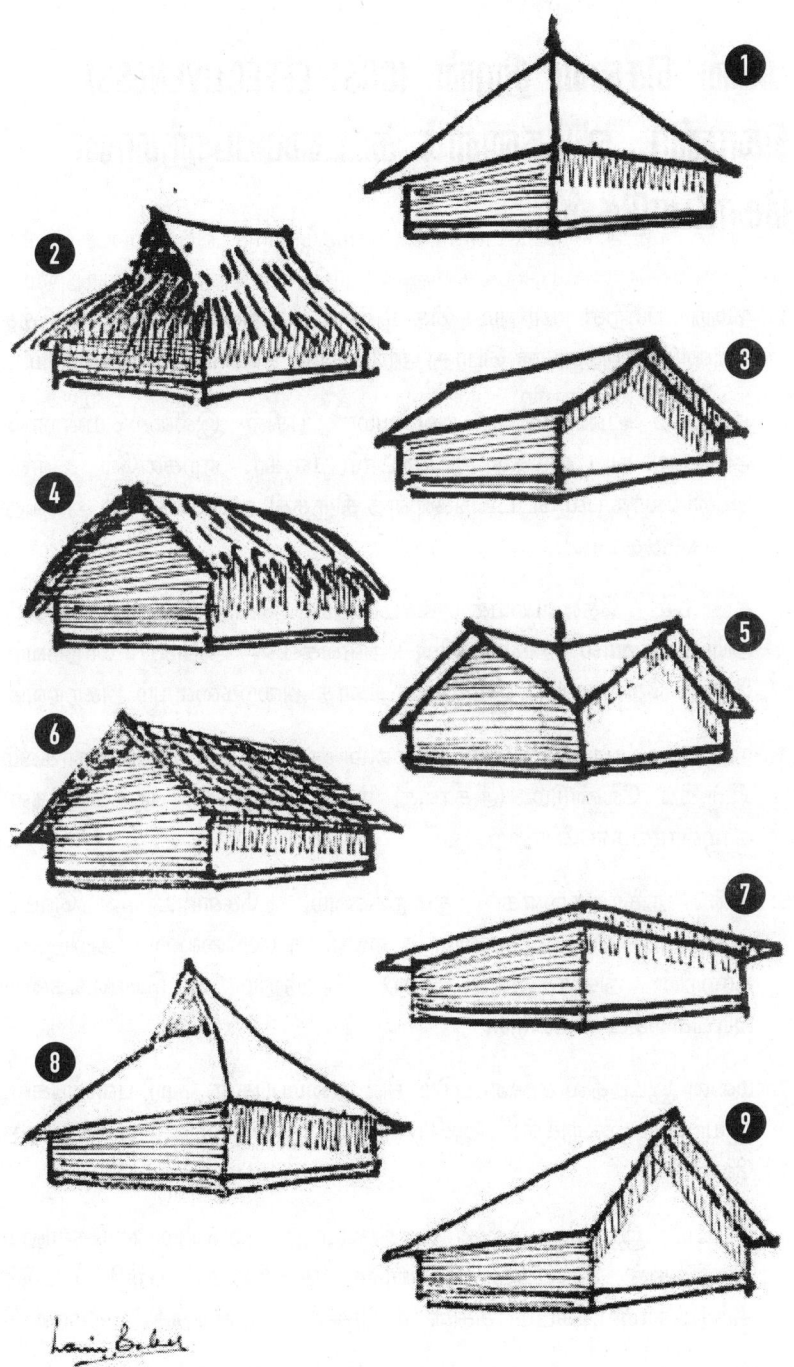

பயன் செலவு திறன் (COST-EFFECTIVENESS) கொண்ட வீடுகளைக் கட்டமைப்பதற்கான கோட்பாடுகள்:

1. நமது பயிற்சி மற்றும் தொழில்நுட்ப அறிவைப் பயன்படுத்த வேண்டும். அத்துடன் பொது அறிவையும் பயன்படுத்த வேண்டும்.

2. கட்டடம் உண்மையில் அவசியமா? பதில் இல்லையென்றால், அதனை கட்டமைக்க வேண்டாம் (எ.கா. ஏற்கனவே உள்ள, பயனில்லாத பல கட்டடங்களைத் திருத்தி அமைக்கலாம் அல்லது மேம்படுத்தலாம்).

3. கட்டடம் தேவையைக் காட்டிலும் பெரியதாக உள்ளதா? அப்படியானால் அறைகளின் அளவுகளை அறிந்து மாற்றவும். மேலும் தேவையற்ற, சூழலுக்கு தகாத அறைகளையும் அகற்றவும்.

4. நடப்பதற்கான இடங்கள் சிக்கனமானதாகவும், பயனுள்ளதாகவும் இருக்க வேண்டும். (அதாவது நடைபாதைகள், படிக்கட்டுகள், தாழ்வாரங்கள் போன்றவை).

5. மின் நுகர்வுகளைக் குறைக்கவும், தேவையற்ற வெப்ப உறிஞ்சுதலைத் தடுக்கவும், உள்ளூர் காலநிலையை அறிந்தும், காற்றின் திசைகளைப் பற்றி அறிந்தும் கட்டுமானங்களை வடிவமைக்க வேண்டும்.

6. மனை இடத்தில் காணப்படும் நில அமைப்புகள், மேடு பள்ளங்கள், இயற்கை கூறுகள், ஆகியவற்றை முறையாகப் பயன்படுத்த வேண்டும்.

7. கட்டட இடத்தை வீணாக்கக்கூடாது. முப்பரிமாணங்களிலும் சிந்தித்துத் திட்டமிட வேண்டும். தரையைப் பற்றி மட்டும் சிந்திக்காமல், கட்டடத்தின் உயரத்தையும் கருத்தில் கொண்டு

திட்டமிடல் வேண்டும்.

8. முகப்பை ஆடம்பரமாக அலங்கரிப்பதைத் தவிர்க்க வேண்டும். முகப்பு அலங்காரங்கள் பொதுவாக போலியானவை மட்டும் அல்லாமல் விலை உயர்ந்தவையும் கூட.

9. கட்டடத்தின் ஒவ்வொரு அம்சத்தையும் (வடிவங்கள், செயல்பாடுகள், கட்டுமானப் பொருட்கள், கட்டுமான நுட்பங்கள் போன்றவை) இது தேவையா என்று நமக்கு நாமே வினவிக் கொள்ள வேண்டும். தேவையில்லை என்றால் அதைச் செயல்படுத்த வேண்டாம்.

10. தேவை இருந்தால், அவற்றை மிகமிகச் சிக்கனமான முறையில் செய்ய வேண்டும். "பொதுவாக நாங்கள் இப்படி தான் செய்வோம்" என்ற மற்றவர்களின் சல்லித்தனமான பேச்சை ஏற்க வேண்டாம்.

11. தற்போதைய காலத்தின் நவீன தகிடுதத்தங்களைத் தவிர்க்க வேண்டும். அவை கண்ணைக் கவரும் வண்ணம் இருக்குமே தவிர பயனுள்ளதாக இருக்காது.

12. கடைக்கால்கள் மற்றும் அடிப்பீடங்கள் இடத்திற்கேற்ப அமைக்கப்பட வேண்டும். புத்தகங்களில் உள்ளது போல நேரில் எல்லா மனை இடங்களும் ஒரே மாதிரியாக இருக்காது.

13. உள்ளூரில் ஏராளமாகக் கிடைக்கும் மலிவான பொருட்களைப் பயன்படுத்த வேண்டும். முடிந்தவரை இறக்குமதி செய்வதைத் தவிர்க்க வேண்டும்.

14. கட்டுமானப் பொருட்களை வெளிப்படையாகவும், நேர்மையாகவும் பயன்படுத்த வேண்டும். எடுத்துக்காட்டாக, ஒரு செங்கல் சுவர் என்பது ஒரு செங்கல் சுவரைப் போலவே இருக்க வேண்டும். கருங்கல் சுவர் என்பது கருங்கல் சுவரைப் போலவே இருத்தல் வேண்டும்.

15. செங்கல் சுவர்களைப் பூசி, மூடி, பின்னர் செங்கல் சுவர்

போலவே, வண்ணப்பூசலிட்டு தோற்றமளிக்க செய்வது போன்ற முட்டாள்தனமான செயல்களைச் செய்ய வேண்டாம்.

16. தேவையில்லை என்றால் உரைப்பூச்சை (cladding) முற்றிலும் தவிர்க்கவும். (எ.கா. ஓடுகள், பளிங்குகள், போலியான செங்கற்கள் போன்றவை).

17. பூச்சுவேலை ஒரு கட்டடத்தை உறுதியாக்குவதில்லை என்பதை நாம் நினைவில் கொள்ள வேண்டும். சுவர்களின் உள்ளே மற்றும் வெளியே பூச்சை பயன்படுத்தும்போது, அது 10% வரை கட்டடத்தின் மொத்த செலவை அதிகப்படுத்தும். மேலும் அதற்கு பராமரிப்பும் வண்ணப்பூச்சும் தேவைப்படுகிறது. பூச்சு வேலைக்கான தேவையில்லை என்றால் அதைப் பயன்படுத்த வேண்டாம். சுவரில் நீர்புகாமல் இருப்பதற்கு, பூச்சு மட்டுமே வழி இல்லை.

18. முடிந்தவரை, உற்பத்தி ஆற்றல் இல்லாத அல்லது குறைந்த உற்பத்தி ஆற்றல் கொண்ட பொருட்களைப் பயன்படுத்த வேண்டும். எடுத்துக்காட்டாக, சிமிட்டி மற்றும் சுண்ணாம்பு ஒரே அடிப்படை பொருட்களிலிருந்து தான் தயாரிக்கப்படுகின்றன. ஆனால் சிமிட்டி அதன் உற்பத்திக்கு சுண்ணாம்பை விட நூறு மடங்கு அதிக ஆற்றலைப் பயன்படுத்துகிறது. இவை இரண்டின் பயன்பாட்டில் என்னவோ பெரிதாக வேறுபாடு ஒன்றும் இல்லை.

19. நீங்கள் ஆற்றல் மிகுந்த பொருட்களைப் பயன்படுத்த வேண்டுமானால், அவற்றை மிகக் குறைவான அளவிலும், கவனமாகவும் பயன்படுத்த வேண்டும். எடுத்துக்காட்டாக, தாழ்வாரங்கள் மற்றும் படிக்கட்டுகளில் உள்ள கண்ணாடி சாளரங்கள் பெரும்பாலும் ஜாலிகளாக இருக்கலாம். பூச்சுகளுக்கும் சாந்துகளுக்கும், சிமிட்டிக்கு பதிலாக சுண்ணாம்பின் பயன்பாட்டை அதிகரிக்க வேண்டும்.

20. நாம் வலுவூட்டப்பட்ட கற்காரையைப் பயன்படுத்த வேண்டியிருக்கும் போது, எஃகு மற்றும் சிமிட்டி ஆற்றல்

மிகுந்தவை என்பதை நினைவில் கொள்ள வேண்டும். எனவே வலுவூட்டப்பட்ட கற்காரை அமைப்புகளின், சிக்கனமான மற்றும் மாற்று வடிவங்களை அறிந்து பயன்படுத்த வேண்டும்.

21. நான்கு அடுக்குகள் வரை, சுமை தாங்கும் சுவர் அமைப்புகளைப் (load bearing structure) பயன்படுத்தலாம். தேவை இல்லாமல் வலுவூட்டப்பட்ட கற்காரைச் சட்டகக் கட்டமைப்புகளை (framed structure) அமைக்க வேண்டாம். வலுவூட்டப்பட்ட கற்காரைத் தூண்களின் உதவி இல்லாமல், சுவர்களால் உத்தரங்கள் மற்றும் பலகங்களை (beams and slabs) தாங்கிக்கொள்ள முடியும்.

22. கற்காரையினால் ஆன, ஆடம்பரமான, அழகூட்டும் வேலைகளை முற்றிலும் தவிர்க்கவும். கற்காரையை மிகவும் சிக்கனமாகவே பயன்படுத்த வேண்டும்.

23. துல்லியமான அளவில் சாந்துகள், பூச்சுகள், கற்காரை ஆகியவற்றின் கலவையைத் தயாரித்துப் பயன்படுத்த வேண்டும். அதிகமான அளவில் அவற்றைப் பயன்படுத்தக்கூடாது.

24. மேல் உறையாக மட்டும் கூரைகள் பயன்படாமல், மழை மற்றும் வெப்பத்திலிருந்து கட்டமைப்பை பாதுகாக்கவும் பயன்பட வேண்டும்.

25. ஒரு கட்டமைப்பை அறிவியல் பூர்வமாக மட்டுமே உறுதிப்படுத்த முடியாது. மாறாக நமது கைவினைஞர்களை நம்புவது, அவர்களை நேர்மையாகவும், ஈடுபாட்டுடனும் வேலை செய்ய ஊக்கப்படுத்துவது போன்றவை, அறிவியல் ஆதாரங்களைக் காட்டிலும் ஒரு கட்டடத்தை உறுதிப்படுத்தும் திறன் பெற்றவை.

26. அனைத்து அறைகளுக்கும் கதவுகள் தேவையா? சில அறைகளுக்கு கதவுகள் தேவையில்லை என்றால், அவற்றை அமைக்க வேண்டாம். தேவையான கதவுகளுக்கு, சட்டகங்கள் தேவையா? தேவை இல்லையெனில் சட்டகமில்லா வகைக் கதவைப் பயன்படுத்துங்கள்.

27. சாளரங்கள் தேவையா என்பதை கட்டடங்களை வடிவமைக்கும் போது உறுதி செய்ய வேண்டும். தேவையான செயல்பாடுகளை பூர்த்தி செய்யப் பொருளாதார ரீதியாக சிந்தித்து, அவற்றை வடிவமைக்க வேண்டும். ஒளி மற்றும் காற்றை அனுமதிக்கும் ஜாலிகளை (jail) அமைத்தால் சாளரங்களை அமைப்பதை விட பத்து மடங்கு செலவு குறையும்.

28. நவீன செயற்கை வண்ணப்பூச்சுகள் விலை உயர்ந்தவை ஆகும். பெரும்பாலானவை இந்தியாவின் வெப்பநிலையைத் தாங்கக் கூடியதாக இல்லை. அதனால் சுவர்களுக்கு மீண்டும் மீண்டும் வண்ணம் பூச வேண்டியுள்ளது. மரக்கட்டைகளைப் பாதுகாப்பதற்கு வழிகள் உள்ளதால் முடிந்த வரையில் அவற்றை பயன்படுத்தவும்.

29. கேரளாவுக்கு பொருத்தமானது, காஷ்மீருக்கு பொருந்த வேண்டும் என்பதில்லை. பீகாரில் சிறப்பாக செயல்படுவது ராஜஸ்தானில் பேரழிவை ஏற்படுத்தலாம். நவீன பொருட்களைப் பயன்படுத்தும்போது கூட, உள்ளூரில் உள்ள பாரம்பரிய கட்டடக்கலைகளின் கோட்பாடுகளைக் கருத்தில் கொண்டே பயன்படுத்த வேண்டும். பாரம்பரிய கட்டடக்கலை என்பது ஆயிரக்கணக்கான ஆண்டுகளின் ஆராய்ச்சி மற்றும் வளர்ச்சியை உள்ளடக்குகிறது.

30. நாம் வடிவமைக்கும் போதும், அதனை செயல்படுத்தும் போதும் அனைத்திற்கும் நமது பொது அறிவைப் பயன்படுத்த மறக்கக் கூடாது.

நிஷா சத்தியசீலன்
தமிழாக்கம்

கட்டடக்கலைஞர். கவிதாயினி. கலையின் பல்வேறு ஊடகங்களை பதம் பார்க்க விரும்பும் இவரை, மாவிலையின் பல்திறன் படைத்த குயில் எனலாம். பயணிப்பதும், படம் பிடிப்பதும், அழகான தமிழில் கவிதைகள் எழுதுவதும் இவருக்கு கை வந்த கலையாகும்.

அறிவுக்கரசி மணிவண்ணன்
மெய்ப்புப் பார்த்தல்

கட்டடக்கலைஞர். கவிதாயினி. துளிரும் மொழிபெயர்ப்பாளர். எழுத்தில் மாய வித்தைகளை அவ்வப்போது வெளிப்படுத்தும் வித்தைக்காரர். தனது எழுதுகோலில் இருந்து சொற்களை சரளமான வரிகளாய்க் கோர்க்கும் பல்திறன் வாய்ந்த எழுத்தாளர்.

ச. மணிவண்ணன்
மெய்ப்புப் பார்த்தல்

பொறியாளர் (பணி ஓய்வு), பெல் நிறுவனம், திருச்சி. தமிழ்ப் பற்றாளர். பேச்சாளர் மற்றும் எழுத்தாளர். நேர்மறை சிந்தனையாளர். அகவை அறுபதிலும் அயராது பயணிக்கும் இவர், தன் வசம் வரும் புதிய கருத்துகளையும், கொள்கைகளையும் ஆதரித்து வருபவர்.

கௌஷிக் ஸ்ரீநிவாஸ்
புத்தக வடிவமைப்பு & ஒருங்கிணைப்பு

கட்டடக்கலைஞர். மாவிலையின் விதை. நையாண்டியிலும் நக்கலிலும் நாயகர். கண்ணைக் கவரும் வரைகலைகளை உருவாக்கும் ஒப்பற்ற வரைகலைஞர். மாவிலையின் உயிரோட்டத்திற்கு அயராது உழைப்பவர்.

ஆசிரியர் லாரி பேக்கர்

லாரி பேக்கர் எனும் லாரன்ஸ் வில்ஃப்ரட் பேக்கர் ஒரு கட்டடக்கலைஞர், வரிவடிவக் கலைஞர் மற்றும் மனிதநேயவாதி ஆவார். மகாத்மா காந்தியை சந்தித்த பிறகு, அவர் கொள்கைகளால் பெரிதும் ஈர்க்கப்பட்ட லாரி பேக்கர், இந்தியாவிலேயே நிரந்தரமாக வசித்து பணிபுரிய துவங்கினார். 1970-களில் இருந்து, வளங்குன்றா மற்றும் பயன்செலவுக் கட்டடங்களை லாரி பேக்கர் கேரளாவில் கட்டி வந்தார். கேரளாவின் மறைந்த முன்னாள் முதலமைச்சரான C. அச்சுதா மேனன், பொருளாதார நிபுணரான K.N. ராஜ் மற்றும் லாரி பேக்கர் ஆகிய மூவரும் இணைந்து COSTFORD (Centre of Science and Technology for Rural Development) எனும் அமைப்பினை 1985-ல் நிறுவினர். அனைவருக்கும் வீட்டு வசதி வேண்டும் என்ற தனது கருத்தைக் கொண்டு, எளிய வீடுகள் அமைப்பதைப் பற்றி பல நூல்களை படைத்தார் லாரி பேக்கர். 2007-ஆம் ஆண்டில் மறைந்த லாரி பேக்கர், இறுதிவரை ஒரு எளிமையான வாழ்க்கையையே வாழ்ந்து வந்தார். இந்நாள் வரை லாரி பேக்கர் விட்டுச் சென்ற மரபை, செயல்முறை வழியில் COSTFORD அமைப்பும், கல்வி வழியில் LBC அமைப்பும் (Laurie Baker Centre for Habitat Studies) தலைமுறை தலைமுறையாக நிலைநாட்டி வருகின்றனர்.